சூரியனின் கடைசிக் கிரணத்திலிருந்து
சூரியனின் முதல் கிரணம்வரை...
(நாடகம்)

சுரேந்திர வர்மா

இந்தியிலிருந்து தமிழில்
வி. சரோஜா

க்ரியா

Suuriyanin Kadaisik Kiranattilirundu
Suuriyanin Mudal Kiranamvarai...

a tamil translation of the hindi play

Surya ki antim kiran se
Surya ki pehli kiran tak

by Surendra Verma

Tamil translation rights © Cre-A: 2009

First Edition
October 1978
Reprint
September 2009

ISBN: 978-81-85602-95-0

Printed at:
Sudarsan Graphics
Chennai 600 017

Published by:
Cre-A:
H-18 Flat No 3
South Avenue
Thiruvanmiyur
Chennai 600 041
creapublishers@gmail.com
www.crea.in

Price: 80

நன்றி

இந்நாடகத்தைத் தமிழில் வெளியிட வேண்டும் என்ற எண்ணத்தைத் தந்த சரோஜா, வெ. சாமிநாதன் இருவருக்கும்; தன்னுடைய முக்கிய வேலைகளை ஒதுக்கிவைத்துவிட்டு, நேரத்தைச் செலவிட்டு இம் மொழிபெயர்ப்பைச் செம்மைப்படுத்த உதவிய டாக்டர் எஸ். என். கணேசனுக்கு.

குறிப்பு

இம்மொழிபெயர்ப்பை மேடையேற்ற விரும்புகிறவர்கள் மொழிபெயர்ப்பாளரின் முன்அனுமதியைப் பெற வேண்டும். தொடர்புக்கு, க்ரியாவுக்கு எழுத வேண்டும்.

இந்த நாடகத்தைப் பற்றி...

பார்சி தியேட்டர் கம்பெனிகளின் ஜனரஞ்சகமான, இலக்கியத் தரமில்லாத, வர்த்தகரீதியான நாடகங்கள் பிரபலமாக இருந்த காலத்தில் கலைச்செறிவுள்ள நாடகங்களையும், அரங்கத்தையும் ஹிந்தியில் தோற்று வித்த பாரதேந்து ஹரிஸ்சந்திரருக்கு ஹிந்தி நாடக இலக்கியத்தில் ஒரு சிறப்பான இடம் உண்டு. இவருக் குப் பிறகு, இந்திய வரலாற்றின் பொற்காலத்திலிருந்து கதைகளையும் பாத்திரங்களையும் மேன்மையான குணச்சித்திரங்களையும் ஆதாரமாகக் கொண்டு, தத்துவச் செறிவுள்ள, கவித்துவம் மிகுந்த இந்திய, மேனாட்டு நாடகக் கலையியல்புகள் இணைந்து அமைந்துள்ள ஜயசங்கர் பிரசாத்தின் இலக்கியத் தரமான நாடகங்களின் காலம். இவற்றின் மேடை யாக்கல் தரத்தைப் பற்றிய சந்தேகங்கள் இருந்தாலும், இவற்றின் பெருமை இன்றும் தொடர்கிறது. பெர்னாட் ஷா, இப்ஸன் ஆகியோரின் நாடகங்களால் பாதிக்கப் பட்ட லக்ஷ்மிநாரயண் மிஸ்ரா அறிவார்த்தமான பிரச்சினைகளைக் கொண்ட நாடகங்களைத் தொடங்கி வைத்தார். பிரசாத்துக்கும், மிஸ்ராவுக்கும் இடையில் தோன்றிய ஹரிகிருஷ்ண பிரேமி, ராம்குமார் வர்மா, சேட் கோவிந்த தாஸ், கோவிந்தவல்லப பந்த், உதயசங்கர் பட், விருந்தாவன்லால் வர்மா முதலிய வர்களின் நாடகங்கள் இக்காலத்தைச் சேர்ந்தவை. இங்கு உபேந்திரநாத் அஷ்க் அவர்களின் முயற்சியும் குறிப்பிடத்தக்கது. தன் அறிவார்த்த எல்லைக் கட்டுப் பாடுகளால் பாதிக்கப்பட்டாலும்கூட. அவர் படிக்க மட்டுமே ஏற்ற நாடகங்களை அரங்கத்துடன் இணைத்து நேரடியான அனுபவத்திற்கு உரியனவாகச்

செய்தார். ஆனால் தற்காலத்திய நிலையில் நாடகங் களைக் கருத்தாழம், பொருட்செறிவு, உயிர்த்துடிப்பு, பெருமை ஆகியவற்றுடன், படைப்புக் கலைச் சாதனங்களாக நிறுவிய பெருமை ஜகதீஷ்சந்திர மாதுர், தர்மவீர் பாரதி, மோகன் ராகேஷ், லஷ்மி நாராயண் லால் ஆகியோரையே சாரும். இந்த நாடகப் பரம் பரையை அறிவுத்திறத்தாலும், கலையுணர்வாலும் தொடர்ந்து வளர்த்து வரும் கிரிராஜ் கிஷோர், பிரஜமோகன் ஷா, மணி மதுகர், முத்ரா ராக்ஷஸ், சங்கர் சேஷ், பிரகாஷ் பண்டிட், தயாபிரகாஷ் ஸின்ஹா ஆகிய இளம் நாடக ஆசிரியர்களில் சுரேந்திர வர்மாவின் பெயர் முன்னணியில் நிற்கிறது. தன் முதல் நாடகமான 'திரௌபதி'யிலிருந்தே மிகுதியாக விவா திக்கப்பட்டு, பிரசித்தியடைந்த இந்தச் சிறந்த, கருத்தாழமுள்ள நாடகாசிரியர், தன் உன்னத நாடகப் படைப்புகளால் இந்திய தியேட்டரை வளமடையச் செய்வதில் ஈடுபட்டுள்ளார். 'சூரியனின் கடைசிக் கிரணத்திலிருந்து சூரியனின் முதல் கிரணம்வரை', 'எட்டாவது காண்டம்' முதலிய நாடகங்கள் பெற்ற வரவேற்பும், மதிப்பும் வேறு எவருக்கும் பொறாமை உண்டாக்கக் கூடியவை.

இதன் கதையம்சம், கட்டுக்கோப்பு, மேடையேறும் வாய்ப்பு, இதன் பிரச்சினைகள் முதலியன முற்றிலும் புதியனவாகவே அமைந்துள்ளன. சமகாலத்திய அளவு களில், மதிப்பீடுகள் மாறும் சூழ்நிலையில் திருமண உறவுகளை ஆழ்ந்து துல்லியமாக ஆராய்வதுடன், ஆள்பவனுக்கும் ஆட்சி முறைக்கும் இடையே உள்ள உறவை அலசுவதன் மூலம், அதிகாரத்தின் முன்னி லையில் அதிகாரியின் இயலாமை, நபும்ஸகம், பணிந்து போகிற அவலம் ஆகியவற்றைக் கோடிட்டுக் காட்டு கிறது இந்த நாடகம்.

உரிய காலத்தில் சந்ததியைப் பெறச் சக்தியற்ற அரசன் ஒக்காக்கினால் ஏமாற்றமடைந்த மந்திரிசபை (கணவன் மனைவியின் விருப்பத்திற்கு மாறாக) மாற்றுக் கணவன் மூலமாக அரசி மகனைப் பெற வேண்டும் என்று ஆணையிடுகிறது. இந்த நிகழ்ச்சி எப்படி மணவாழ்வின் இயல்பான அமைதி நிரம்பிய உறவுகளில் பூகம்பத்தைத் தோற்றுவிக்கிறது, எவ்வாறு அந்த முறிக்க முடியாத உறவு நூலிழையாக நைந்து அற்றுப்போக ஆரம்பிக்கிறது—புத்தக வாழ்விலிருந்து, வாழ்க்கையை வாழும் வரையான, இந்தத் துணிச்சலான, ஆனால் வேதனை நிரம்பிய பயணத்தின் அத்தாட்சிப் பதிவேடு இந் நாடகம்.

உருவ அமைப்பு, சம்பவங்களின் சேர்க்கை முதலிய வற்றால் முழுமையான அமைப்புள்ள, கட்டுக்கோப் பான இந்த மூன்றங்க நாடகம் மிக வலிமையாக அமைந்துள்ளது. கற்பனைத் திறன் மிக்க ஒளி அமைப்பின் மூலம் நாடகாசிரியர் காட்சிக் கோர்வைகளைப் போதுமான அளவு நெகிழ்ச்சி உடையதாகச் செய்து, ஒக்காக், மகத்தரிகா, பிரதோஷன், சீலவதி ஆகியோர் ஒரே சமயத்தில் தோன்றும் காட்சிகளை அவைகளுக் குள்ள முழு வேறுபாடுகளுடன் அழகு, கலைத்திறன் வெளிப்பட நம் முன் வைக்கிறார். முழு நாடகமும் இரண்டிரண்டு பாத்திரங்களின் உரையாடல்கள் மூலம் முன்னேறுகிறது. தொடக்கத்தில் முக்கிய பாத்திரங் களின் நிர்ப்பந்தமான நிலைமையையும், கோலாகலம் நிறைந்த சூழ்நிலையின் உள்ளடங்கிய சோகத்தையும் வாயில்காப்போன் - மகத்தரிகா இருவரின் உரையாடல் மூலம் நிறுவிய பிறகு, முதன்மந்திரி—மகத்தரிகா உரையாடல்மூலமாக ஏதோ ஒரு பயங்கரமான, ஆனால் முக்கியத்துவம் வாய்ந்த நிகழ்ச்சியின் அறிகுறி சங்கேத மாகக் காட்டப்படுகிறது. முதன்மந்திரி, சேனாதிபதி,

ஒக்காக் இடையேயான உரையாடல்கள் நாடகம் படிப்பவர், பார்ப்பவர் ஆர்வத்தை மேன்மேலும் தூண்டுவதாக அமைந்திருக்கின்றன. என்ன பிரச்சினை... எப்படிப்பட்ட பிரச்சினை... என்பதிலிருந்து, படிப்படியாகத் திட்டம், முறை, துயரம், புரட்சிகரமான முடிவு ஆகியவற்றால் தூண்டப்பட்ட ஆர்வம் மாற்றுக் கணவன் முறையை அடைந்து அடங்குகிறது. முக்கியப் பாத்திரங்களின் உறவுகளும், அவர்களுடைய எதிர் இயக்கங்களும் ஆர்வத்தைத் தொடக்கத்திலிருந்து முடிவுவரை ஒரே சீராகக் கொண்டுசெல்கின்றன. சம்பவங்கள் வேகமான, அசம்பாவிதமான திருப்பங்கள் அடையாமலே, படிப்பவர், பார்ப்பவர்களுக்கு, மந்திரத்தால் கட்டுண்டதான அனுபவத்தை ஏற்படுத்துகின்றன.

பாத்திரப் படைப்பைப் பார்க்கும்போது, நாடக ஆசிரியர் தன் பாத்திரங்களை உயிர்த்துடிப்பு உள்ளவர்களாகவும், இயற்கையானவர்களாகவும் படைக்க வேண்டி, உளவியலைக் கலைவண்ணத்துடன் பயன்படுத்தி இருக்கிறார். ஒக்காக்கின் நபும்ஸகத்தின் காரணங்களிலும் அவன் வாழ்க்கை வரலாற்றிலும் நபும்ஸகமும், பாலுணர்வு மரத்த தன்மையும் உளவியல் கூறுகளாகக் காணக் கிடைக்கின்றன.

பாத்திரப் படைப்பைப் பொருத்தவரை, பிரசாதின் 'துருவஸ்வாமினி'யும், வர்மாவின் 'சூரியனின்'... யையும் ஒப்பிடும்போது, இரண்டும் வெவ்வேறு காலத்தைச் சேர்ந்த நாடகாசிரியர்களுடைய வரலாற்று அறிவு, கலையுணர்வு, பயன்முறை முதலியவற்றின் அடிப்படை மாறுபாடுகளை வலியுறுத்துகின்றன. பிரசாத், ராமகுப்தனை வில்லனாகவும் பரிகாசத்திற்கு இடமானவனாகவும் செய்து, சந்திர குப்தனுக்கு எதிர் மறையாக அவனை அமைத்து, முக்கோணக் கதையை

எளிதாக்கியிருக்கிறார். ஆனால், வர்மா, ஒக்காக்கை விசுவாசமுள்ளவனாகவும், உண்மையையே விரும்புகிறவனாகவும், ஆண்மையற்றவனாகவும் படைத்தாலும், கதாநாயகனாகவே வைக்கிறார். நிராசை, வெறுப்பு, குரோதம் முதலியவற்றிற்குப் பதிலாக ஒக்காக், மனிதனின் இயலாமை, வேதனை, பயம் முதலியவற்றை யதார்த்தமாகவும், உயிருள்ளவையாகவும் வெளிப்படுத்துகிறான். இங்கு எந்த ஒரு பாத்திரத்தையுமே ஒரேயடியாக 'சரியானது', 'சரியல்லாதது' என்று சொல்வதே கடினம் என்பதே இந்நாடகம் தற்காலத்தைச் சேர்ந்தது என்பதற்கு ஒரு சான்று. இறுதி உரையாடலில் சீலவதி பிரதோஷனின் உடற்கவர்ச்சியால் உந்தப்பட்டு, ஒக்காக்கைக் குற்றவாளியாகவும், அற்பனாகவும் கருதுகிறாளோ என்ற பிரமை உண்டானாலும், அதற்கு அடுத்த வரியிலேயே அவள் இதை, தன் குருட்டுத்தனமான சுகம் தேடலின் விளைவு என்று அவனைக் குறைபாட்டிலிருந்து விடுவித்துவிடுகிறாள்.

நாடக இலக்கியத்தில் பாலுணர்வு சம்பந்தப்பட்ட இனிமையான, உயர்ந்த அம்சங்களைக் கையாள்வதில் சுரேந்திர வர்மா இணையற்றவர். ஆனால், இவர் எழுத்து புணர்ச்சி சுகத்தின் அடிப்படையில் அன்றி, குடும்ப வாழ்க்கை, ஆண்-பெண் உறவுகளின் நெருக்கமான ஆய்வுடன் தொடர்புகொண்டது. மேலும் உடலுறவு இதற்கு ஒரு இன்றியமையாத சாதனம். இதனால்தான், உணர்வு பொங்கும் புணர்ச்சியின் மிகச் சூட்சுமமான சித்தரிப்பு, உணர்ச்சியைத் தூண்டும் சொற்கள், செயல்கள், முத்திரைகள் யாவும் தீவிரமாக, உயிருள்ளவையாகச் சித்தரிக்கப்பட்டபோதிலும், அவை ஆபாசமாகவோ, அற்பமானதாகவோ தோன்றவில்லை. கட்டுப்பாடமைந்த வெளியீடுகள், எண்ணத்தைத் தெளிவாக வெளியிடும் திறமை, உணர்வும்,

காவிய நயமும், இறுக்கமும் நிறைந்த நாடக மொழியின் ஆராய்ச்சியும், பிரயோகமும், புதுப்புதுக் குறியீடுகளும் இதைச் சாத்தியமாக்கியிருக்கின்றன. கூரிய படிமங் களால் நிறுவப்பட்ட இந்நாடகத்தின் மாய உலகத்தில் ஆங்காங்கே நிகழ்ச்சிகள் சொற்களுக்குச் சமமாக அமைந்திருக்கின்றன என்றால், வேறு சில இடங்களில் 'மௌனம்' தீவிரமான நாடகக் கணங்களைப் படைத்து விடுகிறது. முதல் அங்கத்தில் 'இடைவெளி' மிக அர்த்த முள்ளதாகவும், வலுவாகவும் பயன்படுத்தப்பட்டிருக் கிறது. இதனால் பதற்றமும், மனமுறிவும் தீவிரமாக்கப் பட்டுள்ளன.

இந்நாடகத்தின் மற்றொரு சிறப்பு இதன் நாடகப் பாங்கான முரண்நகை ஆகும். இதன் வீச்சானது, குணச்சித்திரம், நிலைமைகள், உரையாடல்கள் முதலிய வற்றிலிருந்து சொற்கள்வரை பரவியிருக்கிறது. முதல் அங்கத்தில் சீலவதி, முதன்மந்திரி இருவரின் நிலை, 'மீனின் கண்' பற்றிய உரையாடல், மூன்றாம் அங்கத்தில் இதே சூழ்நிலையின் முரண்நகையுடன் ஒப்பிடத் தக்கது. 'சீலவதி', 'சூரியனால் தீண்டப்படாதவள்' போன்ற பெயர்களும், பெயர் உரிச்சொற்களும் ஆழ்ந்த ஒரு நாடகப் பாங்கான முரண்நகையைக் கொண்டிருக் கின்றன.

சுரேந்திர வர்மா தேர்ந்த மேடைச் சிற்பி. இந்நாடகத் தின் முதல் அங்கத்தில் மகத்தரிகா தன் மாடத்திலிருந்து தெரியும் அரசக் கூடத்தை விவரிப்பது நாடக சாஸ்திரத் தின் 'குறிப்பால் உணர்த்துவது', 'காட்சி' ஆகியவற்றின் கலப்பாகும். இங்கு நாடகாசிரியர் கோலாகலம் மிகுந்த ஒரு அழகிய காட்சியில், அவ்விழாவினால் ஒக்காக்கின் மனதில் ஏற்படும் துயரம், ஆர்வம், நிர்ப்பந்தம், கழிவிரக் கம், குரோதம், கலக்கம், தோல்வியுணர்ச்சி ஆகிய வற்றை நம் முன் வைத்து யதார்த்தத்தில் உட்பட்டிருக்

கும் உண்மையை வெளிப்படுத்துகிறார். இரண்டாவது அங்கத்தில் ஒக்காக்கின் "இரவு முழுவதும் நால்வர் விழித்திருப்பார்கள்... சக்கரவாகம்... நான்... அல்லி... சந்திரன்" என்ற சொற்களோடு காட்சி முடிந்ததும், கணநேர இருட்டுக்குப் பிறகு அதே இடத்தில் சீலவதியும், பிரதோஷனும் சந்திக்கும் காட்சியின் தொடக்கம் சாமர்த்தியமாகவும், சூசகமாகவும், அழகாகவும் அமைந்திருக்கிறது. முதலில், சக்கரவாகமும் (மகாராணியின் கையால் தாமரைச் சாறு கிடைக்காமல் வாடியிருக்கும்), 'நான்', அதாவது ஒக்காக்கும் விழித்திருப்பது குறிப்பிடப்படுகிறது. இந்த உரையாடலைத் தொடர்ந்து நமக்கு 'அல்லி மலர்', அதாவது சீலவதி, 'சந்திரன்', அதாவது பிரதோஷன் விழித்திருப்பது தெரிகிறது. இந்த இருவிதமான 'விழிப்பு'களின் வேற்றுமைகளால் நாடகாசிரியர், ஒரு ஆழ்ந்த நாடகத் தன்மையை ஏற்படுத்தியிருக்கறார். காமத்தைச் சித்தரிக்கும் சந்தர்ப்பங்களில்கூட நினைவுக் காட்சி போன்ற தனித்தன்மை வாய்ந்த, வலுவான உத்தியைப் பயன்படுத்தியிருக்கிறார். இது பின்னோக்கக் காட்சி, நேர் வெளிப்பாடு ஆகியவற்றின் அற்புதமான சேர்க்கையாகும்.

உச்சாடனம் போன்று அமைந்திருக்கும் இந்த நீண்ட தலைப்பில் காவியத் தன்மை, இசைமை, நாடகக் கருவின் வலுவான வற்புறுத்தல் ஆகியவற்றுடன்கூட, காலத்தைப் பற்றிய முற்றிலும் அறுதியான தீர்மானமும் இருக்கிறது. இந்நாடகம் ஒக்காக், சீலவதி இருவரின் ஒவ்வொரு மூச்சின், ஒவ்வொரு கணத்தின் உணர்ச்சி மிகுந்த வரலாற்றை முன்வைக்கிறது. இதனால் "கடைசி", "முதல்" கிரணங்களின் நிச்சயமான, ஒருமித்த, தனித்தன்மையான சங்கேதமும் வலிமை நிறைந்ததாகிறது. "சூரியன்" என்ற சொல் திரும்பத்

திரும்ப வருவது நாடக அறிவிப்பின் குரலுக்கு உயர்வும் பலமும் தருகிறது. கணவன்-மனைவியரின் பரம்பரையான, மரத்த, சோர்வுற்ற உறவுகளின் அந்தகாரத்திலிருந்து விடுபட்டு, இயற்கையான, சுதந்திரம் மிக்க, அடிமைத்தனம் நீங்கிய உறவின் முதல் ஒளியான "கிரணம்" வரையுள்ள பிரயாணத்தைச் சித்தரிப்பதனாலும் இப்பெயர் மிகப் பொருத்தமாகிறது.

ஹிந்தியில் நாடக இலக்கியத்திற்கும், அரங்க வரலாற்றிற்கும் இந்நாடகம் சந்தேகமின்றி ஒரு மகத்தான பேறாகும்.

டாக்டர் ஜயதேவ் தானேஜா 1978

பாத்திரங்கள்

ஒக்காக்	பிரதோஷன்
முதன்மந்திரி	சீலவதி
ராஜகுரு	மகத்தரிகா
சேனாதிபதி	சேடி

அரங்க நிர்மாணம்
நேரம்

அங்கம் 1
படுக்கை அறை
மாலை

அங்கம் 2
அதே அமைப்பு
இரவின் பல்வேறு
நாழிகைகள்

அங்கம் 3
அதே அமைப்பு
காலை

அங்கம் 1

அரண்மனையில் படுக்கை அறை. அரங்கின் முற்பகுதியின் இட, வலப் புறங்களில் வாயில்கள். வலப்புறக் கதவுக்கு அடுத்தாற்போல் மது அருந்துவதற்கான அறை. இடப்புறக் கதவுக்கு அடுத்தாற்போல் ஒரு முக்காலிமீது முகம் பார்க்கும் கண்ணாடியும் ஒப்பனைப் பொருள்களும். முன்னே ஓர் இருக்கை. இடப்புறச் சுவரிலும் எதிர்ப்புறச் சுவரிலும் சுவர்களின் மத்தியிலிருந்து நீண்டு ஒன்றுசேரும் சாளரம். அரங்கத்தின் நடுவில் மேலிருந்து தொங்கும் முத்துச் சரங்கள். எதிர்ச் சுவரின் அருகில் படுக்கை, சில இருக்கைகள், முக்காலிகள். திரைக்குப் பின்னாலிருந்து மெல்லிய கோஷம். மெல்லமெல்ல வெளிச்சம் பரவுகிறது. திரைக்குப் பின்புறம் மங்கல வாத்தியங்களின் இசை. ஒலி சிறிதுசிறிதாகக் குறைந்து தேய்கிறது. முக்கியச் சேடியான மகத்தரிகா அரங்கத்தினுள் நுழைகிறாள். இங்குமங்கும் நிற்கிறாள், ஒன்றிரண்டு பொருள்களை ஒழுங்குபடுத்துகிறாள். சாளரத்தின் அருகே வந்து வெளியே பார்க்கிறாள். அப்போது இரண்டாவது சேடி வருகிறாள்.

இரண்டாவது சேடி

மகத்தரிகா!... இங்கு ஏன் வந்தாய்?

மகத்தரிகா

(ஆழ்ந்த பெருமூச்சு விட்டு) அந்த அலங்காரத்தை என்னால் பொறுக்க முடியவில்லை... அதனால் தான்!

இரண்டாவது சேடி

கன்னங்களுக்கு யார் வண்ணம் தீட்டுவார்கள்...? உன்னைப் போன்ற திறமையான கை வேறு யாருக்கு இருக்கிறது?

மகத்தரிகா

நீயே தீட்டிவிடேன்.

(இடைவெளி)

இரண்டாவது சேடி

என்ன தீட்டட்டும் சொல்? தாமரை வரையட்டுமா? அல்லது வெண் சங்கா?... இப்போதுதான் மகாராணியிடம் கேட்டேன், ஆனால் பதிலே சொல்லவில்லை. அவர்கள் என்னமோ ஒரேயடியாக ஜடமாகிவிட்டார்கள்போல் தெரிகிறது. அவர்கள் காதில் ஏதும் விழுந்தால்தானே. விழுவதுமில்லை; விழுந்தாலும் எவ்விதச் சலனமும் உண்டாவதில்லை.

மகத்தரிகா

எது வேண்டுமானாலும் வரைந்துவிடு... என்ன வரைந்தால் என்ன?

இரண்டாவது சேடி

(சிறிது தயங்கி) முதன்மந்திரி, ராஜகுரு, சேனாதிபதி எல்லோரும் உள்ளே வருவதை இப்போது நான் பார்த்தேன்... அரசரைத்

தோட்டத்திலிருந்து போகச் சொல்லேன். இப்போது இருக்கும் மனநிலையில் இவர்களை அவர் சந்திக்க வேண்டாம்.

மகத்தரிகா

(வெளிறிய புன்னகையுடன்) யாராலும் ஒன்றும் செய்ய முடியாதடி... பைத்தியமே... இல்லை யென்றால் இப்படி நடக்கக் கூடாததெல்லாம் நடக்குமா என்ன?

(சிறிது நேர மௌனத்திற்குப் பிறகு)

இரண்டாவது சேடி

(தாழ்ந்த குரலில் ரகசியத் தொனியில்) நான் ஒன்று கேட்கட்டுமா?

மகத்தரிகா

(சற்றுநேரம் உற்றுப் பார்த்து, பின்) என்ன?

இரண்டாவது சேடி

(தயக்கத்துடன்) உனக்கு மகாராணியைக் குழந்தைப் பருவத்திலிருந்தே தெரியுமே... அரசரை மணக்கும் முன் மகாராணியை வேறு ஒருவருக்கு மணமுடிக்க இருந்தார்களாமே... இது உண்மையா...?

மகத்தரிகா

ஆமாம்.

இரண்டாவது சேடி

யார் அவர்?

மகத்தரிகா

அந்த வாலிபர் மகாராணியைப் போலவே ஓர் ஏழை. பிரதோஷன் என்று பெயர்... ஆனால் இப்போது அவர் ஏழையல்ல. மிகப் பெரிய வணிகர் ஆகிவிட்டார்.

இரண்டாவது சேடி

இப்போது அவர் எங்கு இருக்கிறார்?

மகத்தரிகா

அருகில்தான் அவந்தியில்... ஆனால் இங்கும் அவருக்கு ஒரு மாளிகை உண்டு. **(சிறிது பொறுத்து)** ஏன்... என்ன விஷயம்...?

இரண்டாவது சேடி

அரண்மனைக் காவலாளி என்னிடம் சொன்னான்...

மகத்தரிகா

(கூர்ந்து) என்ன?

இரண்டாவது சேடி

இன்று பிற்பகலில் அவன் அவ்வழியே சென்றபோது அந்த மாளிகையைச் சுத்தம்செய்து கொண்டிருந்தார்களாம். அவன் விசாரித்தபோது மாளிகையின் எஜமானர் வரப்போவதாகச் சொன்னார்களாம்.

மகத்தரிகா

ஓ...

(யோசிப்பவள்போல் நின்றுவிடுகிறாள். இருவரும் ஒருவரையொருவர் பார்த்துக்கொள்கிறார்கள். இடப்புறக் கதவைத் தட்டும் ஓசை)

இரண்டாவது சேடி

(ஓசை வந்த திசையை நோக்கி) முதன்மந்திரி...

(குனிந்து வணங்கிக்கொண்டே வெளியே செல்கிறாள். முதன்மந்திரியின் வருகை)

முதன்மந்திரி

மகத்தரிகா!

மகத்தரிகா

பெருமானே!

முதன்மந்திரி

(**தனக்கு இருபுறமும் பார்த்தவாறு**) அரசர்...

மகத்தரிகா

தோட்டத்தில்...

முதன்மந்திரி

அரசர் மனநிலை இப்போது எப்படி இருக்கிறது?

மகத்தரிகா

இரவு முழுதும் உறங்கவே இல்லை. கவலையுற்ற வர்போல உலாவிக்கொண்டிருந்தார். நேற்றி லிருந்து ஒரு பருக்கைகூட உண்ணவில்லை.
(**இடைவெளி. பின்**)

முதன்மந்திரி

மகாராணி...?

மகத்தரிகா

(**சோகப் புன்னகையுடன்**) கடந்த ஆறு இரவு களைப் போலவே நேற்றிரவும் மகாராணி கண்ண யரவில்லை. படுக்கையில் புரண்டுகொண்டே யிருந்தார்கள்.

முதன்மந்திரி

(**சிறிது நிறுத்தி**) மகாராணிக்கு அலங்காரம் முடிந்து தயாராகிவிட்டார்களா?

மகத்தரிகா

பூச்சும், நீராடலும் முடிந்தன. இப்பொழுது ஒப்பனை நடந்துகொண்டிருக்கிறது.

முதன்மந்திரி

மகாராணிக்கு என்ன ஆடைகள் அணிவிக்கிறார் கள்?

சூரியனின் முதல் கிரணம்வரை...

மகத்தரிகா

தாங்கள் ஆணையிட்டவைதாம்.

முதன்மந்திரி

வெற்றி மாலை தொடுக்கப்பட்டுவிட்டதா?

மகத்தரிகா

ஆயிற்று, பெருமானே.

முதன்மந்திரி

இன்றிரவு முழுவதும் நீ அரசருடனேயே இரு. அவர் மனம் நிலைகொள்ளாமல் இருக்கிறது. ஏதும் அசம்பாவிதம் நடந்துவிடப்போகிறது.

மகத்தரிகா

தங்கள் ஆணை, மகாமந்திரி.

(முதன்மந்திரி வெளியே போகிறார். மகத்தரிகா மறுபடியும் சாளரத்தின் முன் செல்கிறாள். இசைக் கருவிகள் உயர்ந்தும் தாழ்ந்தும் ஒலிக்கின்றன. அரசன் ஒக்காக் ஓசையின்றி நடந்து வருகிறான். சில கணங்கள் மகத்தரிகாவைப் பார்த்தவாறு நிற்கிறான்)

ஒக்காக்

மகத்தரிகா... !

மகத்தரிகா

(திடுக்கிட்டு) ஓ... தாங்களா அரசே!

ஒக்காக்

(புன்சிரிப்புடன்) எதை இப்படி ஆழ்ந்து பார்த்துக் கொண்டிருக்கிறாய்? சுற்றுப்புறத்தையே மறந்து போய்?... *(மகத்தரிகா தலைகுனிகிறாள்)* சொல்லேன்... எனக்கும் சிறிது சொல்லேன்... *(இடைவெளி)*... மகத்தரிகா.

மகத்தரிகா

(ஆழ்ந்த பெருமூச்சு விட்டு) கீழே பார்த்துக் கொண்டிருந்தேன்... மண்டபத்தை...

ஒக்காக்

எப்படி அலங்கரித்திருக்கிறார்கள்?

மகத்தரிகா

மிகுந்த கற்பனையோடு.

(இடைவெளி)

ஒக்காக்

இன்னும் சற்று விளக்கமாகச் சொல்லேன்.

மகத்தரிகா

(நிறுத்தி நிறுத்தி) ரத்தினங்கள் பதித்த தூண்கள்... அவற்றைச் சுற்றி வாழைத் தோரணம்... தோரணத்தை அலங்கரிக்கும் மல்லிகை மொட்டு மாலைகள்... மல்லிகைச் சரத்திலிருந்து தொங்கும் சிந்துவாரப் பூங்கொத்துகள்... லவங்கத் துளிர்களால் ஆன தோரணங்கள்... மங்கலக் கலசம்... கலசத்தில் மங்கலச் சின்னங்கள்... (குரல் அடைக்கிறது)

(ஒக்காக் மகத்தரிகாவைப் பார்க்கிறான். பிறகு மதுக் குடத்தின் அருகே சென்று குடத்தை எடுத்து, கிண்ணத்தில் சிறிது மதுவை ஊற்றப் போனவன், சட்டெனத் திரும்பி)

ஒக்காக்

(புன்னகையுடன்) மந்திரி சபையால் நியமிக்கப்பட்டவர்கள் தங்கள் கடமையை மிகுந்த கற்பனையோடு செய்கிறார்கள்... ஆனால் அரண்மனைச் சேவகர்களுக்கு மட்டும் என்ன வந்துவிட்டது? எனக்குப் புரியவில்லை.

மகத்தரிகா

(குரலைச் சரிசெய்துகொண்டு) ஏதும் குறை நிகழ்ந்துவிட்டதா அரசே?

ஓக்காக்

இப்போதுதான் தோட்டத்தில் கவனித்தேன், கிணற்றுச் சுவர்களின் மீது சிறிது பாசி படிந்திருந் தது, பல பாத்திகளில் நீர் பாய்ச்சப்படவில்லை, அழகிய செடிகளிடையே வளர்ந்துள்ள களைகள் எடுக்கப்படவில்லை... இங்கே பார்த்தால் மதுவில் ஈ ஒன்று விழுந்திருக்கிறது. கிண்ணத்தில் தூசி படிந்திருக்கிறது... **(புன்னகையோடு கிண்ணத் தின் மீது விரலால் கோடிழுத்துக்கொண்டே)...** நான் சித்திரம் வரைய வேண்டும் என்று.

மகத்தரிகா

மன்னிக்க வேண்டும் அரசே... நான் இப்போதே... **(அவன் அருகே செல்கிறாள். ஆனால், ஓக்காக் அவளைக் கையால் தடுக்கிறான். மற்றொரு பாத்திரத்திலிருந்து வேறொரு கிண்ணத்தில் மதுவை ஊற்றி ஓரிரு முறை சிறிது அருந்து கிறான். மகத்தரிகா அரசனின் அருகில் சென்று தூசி படிந்த கிண்ணத்தைத் தன் மேலாடை யினால் துடைக்கிறாள்)**

மகத்தரிகா

(மெல்லிய குரலில்) பிரகடனம் விடுத்ததி லிருந்தே அரண்மனைச் சேவகர்களுக்கு என்ன செய்கிறோம் எப்படிச் செய்கிறோம் என்பதே தெரியவில்லை.

(இடைவெளி)

ஓக்காக்

இன்றுடன் ஒரு வாரம் முடிகிறதல்லவா?

மகத்தரிகா

ஆம், அரசே!

ஓக்காக்

(தனக்குத் தானே) ஒன்று... இரண்டு... மூன்று... நான்கு... ஐந்து... ஆறு... **(சிறிது நிறுத்தி, மகத்தரிகாவிடம்)** இன்று ஏழாவது நாளல்லவா?

மகத்தரிகா

(கண் இமைக்காமல்) ஆம், அரசே!

ஓக்காக்

(கொஞ்சம் நிறுத்திப் புன்முறுவலுடன்) எதுவும் நினைவில் நிற்கவில்லை. இப்போது இது எந்த வருடம் என்று நினைவுபடுத்திக்கொள்ள முயன்று கொண்டிருந்தேன், கணக்கே சரியாகவில்லை. வருடங்களின் எண்ணிக்கைக்குப் பதிலாக மாதங்களின் பெயர்கள் நினைவுக்கு வருகின்றன. பிறகு அப்பெயர்களின் இடத்தில் திதிகளின் வரிசை வந்துவிட்டது. பிறகு அவ்வரிசைகளுக்குப் பதில்...

(இரு கைகளாலும் நெற்றியைப் பிடித்துக் கொள்கிறான், நினைவுகளின் வாயிற் கதவைத் தட்டுவதுபோல்)

மகத்தரிகா

(கவலையுடன்) தாங்கள் மிகவும் சோர்ந்து போயிருக்கிறீர்கள் அரசே!... உங்களுக்கு ஓய்வு தேவை... உறக்கம், ஓய்வு, மறதி...

ஓக்காக்

(உணர்ச்சிவசப்பட்டு) உறக்கம்... எப்படிக் கிடைக்கும் உறக்கம்? மறதி?... இந்த அறை இருக்கும் வரை, இந்த உடல் இருக்கும்வரை, இந்த உயிர் இருக்கும்வரை **(இடது பக்கமுள்ள வாயிலில் ஓசைகள். திரும்பாமலேயே)**... யார் அங்கே...?

(முதன்மந்திரி, ராஜகுரு, சேனாதிபதி ஆகியோர் வருகை. மகத்தரிகா வெளியே செல்கிறாள்)

ஒக்காக்

(அருவருப்புடன்) நீங்களா?... ஒக்காக்கின் விசுவாசமுள்ள மும்மூர்த்திகள்... சொல்லுங்கள்... இப்போது உங்கள் கட்டளை என்னவோ?

(இடைவெளி)

முதன்மந்திரி

நாங்கள் களங்கமற்றவர்கள் என்று உங்களை எப்படி நம்ப வைப்போம் அரசே?

ராஜகுரு

நாங்கள் சொல்வதெல்லாம் நாட்டின் நன்மைக் காகத்தான்.

சேனாதிபதி

இதைத் தவிர வேறு எண்ணமே எங்களுக்குக் கிடையாது.

ஒக்காக்

(கேலியாக) அதை யார் சந்தேகிக்க முடியும்?

முதன்மந்திரி

(சிறிது தயங்கி)... மல்ல ராஜ்யத்தின் பரம் பரையைத் தாங்கள் நன்றாகவே அறிவீர்கள்... அரசின் ஐந்தாண்டு காலம் முடிந்தவுடனேயே வாரிசு யார் என்பது குறித்துப் பிரகடனம் செய்யப் பட்டுவருகிறது. தங்கள் திருமணம்... முடிசூடல் நிகழ்ந்து காலம் இவ்வளவு கடந்துவிட்டது. ஆனால்... இன்றுவரை சந்ததி உண்டாக வில்லை...

ராஜகுரு

மேலும், தொடர்ந்து நீங்கள் ஒரு மாதம் நோயுற் றிருந்த காரணத்தால் மக்களிடையே பயம் தோன்றியுள்ளது...

ஒக்காக்

ஆனால், அது சாதாரண சுகவீனம்தானே! இப்போது நான் நன்றாகத் தேறிவிட்டேனே, திடமாகியிருக்கிறேனே... என்னைப் பார்த்து... யாராவது நான் இன்னும் அதிக நாட்கள் உயிரோ டிருக்க மாட்டேன் என்று சொல்ல முடியுமா?

சேனாதிபதி

உண்மைதான் அரசே, யாரும் சொல்ல முடியாது தான். ஆனால் தங்களைப் பார்க்க முடியாதவர் களின் மனத்தில் இந்த ஐயம் எழாமல் இருக்க என்ன செய்வது?

முதன்மந்திரி

அப்படியே இருந்தாலும் இப்படி எத்தனை நாட்களுக்கு இயலும்? என்றாகிலும் ஒருநாள் இந்தப் பிரச்சினையை எதிர்கொண்டேயாக வேண்டும் அரசே!

ஒக்காக்

(பார்வையைத் தடுத்து, துக்கமும் கோபமுமாக) என்ன பிரச்சினை?... எப்படிப்பட்ட பிரச்சினை?

(இடைவெளி)

ராஜகுரு

(அனுதாபத்துடன்) பேரரசே! தங்களைத் தாங் களே ஏமாற்றிக்கொள்ளாதீர்கள்... உண்மை எவ்வளவு சீக்கிரம் தரிசிக்கப்படுகிறதோ அந்த

அளவுக்குத் தன்னைத் தானே நிலைப்படுத்திக் கொள்வது எளிதாகிவிடுகிறது.

ஒக்காக்

(உரக்க) எதுவுமே உலகத்தில் அடைய முடியாதது இல்லை.

முதன்மந்திரி

ஆனால், கடினமாக இருக்கும்.

சேனாதிபதி

மேலும், அரச வைத்தியரும் இப்போது தன் தோல்வியை ஒப்புக்கொண்டுவிட்டார்.

ஒக்காக்

(கண் இமைக்காமல்) இதைச் சொல்லும்போது தான் உங்களுக்கு எவ்வளவு மகிழ்ச்சி!

(இடைவெளி)

முதன்மந்திரி

(வேதனையுடன்) அரசே!

ராஜகுரு

எங்களுடன் தாங்கள் உடன்படவில்லை என்பது தான் இப்போது எங்கள் வருத்தம்.

ஒக்காக்

(கோபத்துடன்) எப்படி உடன்படுவேன்? என் பெயரையே பந்துபோலக் காலால் உதைத்து நாடு முழுவதும் துள்ளச் செய்து நீங்கள் எல்லோரும் விளையாடும்போது?

முதன்மந்திரி

தங்கள் பெயரைப் பற்றிய அக்கறை தங்களைவிட எங்களுக்குத்தான் அதிகம் அரசே! இத்திட்டம்

அரச குலத்தின் பெயரைத் துலங்க வைப்பதற் காகவே அல்லவா?

ஒக்காக்

(*கடுகடுப்பாக*) ஆனால், குலம் துலங்கச் செய்யும் உங்கள் முடிவு எப்படிப்பட்டது? இதன் தோற்றம் என்ன? (*சற்று முன் வருகிறான். இரண்டு கை களையும் மேலே உயர்த்தி, சோகம் பொங்கும் குரலில்*) ஆண்டவா! உலகத்தின் துக்கமெல்லாம் என்னைத்தான் வந்தடைய வேண்டுமா?

சேனாதிபதி

இந்த விஷயத்தைப் பற்றித் தாங்கள் வீணாக அலட்டிக்கொள்கிறீர்கள் அரசே!

ராஜகுரு

கண்ணற்றவனைக் குருடன் என்று சொன்னால் அவனுக்கு அது அவமானமாகுமா என்ன?

முதன்மந்திரி

எவன் களங்கம் கற்பிக்கிறானோ, அவன்தான் களங்கப்பட வேண்டும். தான் பொறுப்பாகாத குறைபாட்டிற்காக ஒரு மனிதனைக் குற்றம் சாட்டுவது எந்த விதத்திலும் நியாயமோ, ஏற்றதோ...

ஒக்காக்

(*ஆவேசத்துடன்*) ஆனால், இது அப்படிப்பட்ட குறைபாடல்ல. அது... (*அவனால் மேற்கொண்டு பேச முடியவில்லை. முகத்தைத் திருப்பிக் கொண்டு இயலாமைக் கோபத்தில் நீண்ட மூச்சு விடுகிறான்*) இது எல்லாவற்றையும்விட மென் மையான மர்ம பிந்துவுடன் இணைந்திருப்பது... தன்மான உணர்ச்சியின் மூச்சைப் போல சூட்சும

மானது, ஜீவனுள்ள இழையோடு... **(குற்றம் சாட்டும் பார்வையுடன்)** ஆனால், உங்களால் புரிந்துகொள்ள முடியாதது... நீங்கள் எல்லாம் ஆண்மையுள்ளவர்கள் அல்லவா... முழுமையான ஆண்கள்...

சேனாதிபதி

தங்களுடைய இந்தத் துக்கத்தில் தாங்கள் தனித்து இல்லை அரசே!

ராஜகுரு

நாங்களும் ஆட்சியுடன் சம்பந்தப்பட்டவர்கள், தங்களுடன் ஒன்றுபட்டவர்கள்.

முதன்மந்திரி

இருள் சூழ்ந்த இக்கணங்களை நாங்களும் பகிர்ந்து கொண்டுள்ளோம் அரசே!

ஒக்காக்

(மறுத்து) இல்லை... பகிர்ந்துகொண்டவர்களாக நீங்கள் இருந்திருந்தால் இப்படிப்பட்ட புரட்சிகர மான முடிவெடுக்கும் பைத்தியக்காரத்தனத்தைச் செய்திருக்க மாட்டீர்கள்... வெறும் விவாதத் திற்காக, பிரச்சாரத்திற்காக, பிறருடைய பார்வை யில் தலைவனாகும் பேராசையால்...

முதன்மந்திரி

இந்த முடிவு தாங்கள் நினைப்பதுபோல் அப்படி யொன்றும் புரட்சிகரமானதல்ல. இப்போதுகூட தனக்குப் பதிலாக ஒரு மாற்றுக் கணவனை நியமிக்கும் வழக்கம் இருந்துவருகிறது. இரண்டு வருடங்களுக்கு முன் குண்டினபுரத்தில், மூன்று வருடங்களுக்கு முன் அவந்தி தேசத்தில் இந்த முறையில் அரச சந்ததி பெறப்பட்டிருக்கிறது.

சேனாதிபதி

இந்த இரு நாடுகளின் அரசியருமே கருத்தரிக்க வேண்டி, கடமைப்பாவைகளாகி வெளியே சென்றிருக்கின்றனர்.

ஒக்காக்

(இரண்டு காதுகளையும் கைகளால் பொத்திக் கொண்டு, உரத்த குரலில்) என் எதிரே அந்த வார்த்தையை உச்சரிக்காதீர்கள். அந்த வார்த்தை எனக்கு வெறுப்பைத் தருகிறது... கடமைப் பாவை!

ராஜகுரு

(ஒக்காக்கின் நிலையைக் கண்டு சலனமற்று) மேலும், இந்த வழக்கம் நம் நாட்டில் பழைய காலத்திலிருந்தே நடைமுறையில் இருந்து வருகிறது என்பதற்கு இதிகாசமே சாட்சி. பாண்டவர் ஒவ்வொருவருடைய பிறப்பும் மாற்றுக் கணவன் மூலமாகத்தான் உண்டாயிற்று. அவர்களில் யாருமே தம் தந்தையின் புதல்வர்கள் அல்ல.

முதன்மந்திரி

(பொருள் பொதிந்த குரலில்) மேலும், மனிதன் மனிதனாக உள்ளவரை, இவ்வழக்கம் நடைமுறை யில் இருக்கும்.

ஒக்காக்

என்ன சொல்கிறீர்கள்?

முதன்மந்திரி

நாம் நால்வர் இருக்கிறோமே, அவரவர் தந்தை யின் புதல்வர்கள்தாம் அவரவர் என்பதற்கு என்ன சாட்சி? என் உண்மையான தந்தை, என் தாய்க்கு

சூரியனின் முதல் கிரணம்வரை... 27

சம்ஸ்கிருதம் கற்பிக்க வந்துகொண்டிருந்த ஆசிரியராக இருக்கலாம்... ஏன் இருக்கக் கூடாது? **(சேனாதிபதியைக் காட்டி)** இவர் தந்தை இவர் தாயின் கணவனின் உற்ற நண்பரும் **(ஒவ்வொரு சொல்லும் தனித்தனியாக)** இங்கு தங்கியிருந்தவருமான சக்கிரபுரத்தின் மாவட்ட அதிகாரியாக இருக்க முடியாதா?... ராஜகுருவின் தாய்... **(ராஜகுருவைக் காட்டி)** திருமணத்திற்கு முதல் நாள் மோகத்தின் உன்மத்த நிலையில் தன் காதலனுக்குத் தன்னை அர்ப்பணம்செய்திருக்கவே முடியாதா என்ன?... மாற்றுக் கணவன் ஒரு வனைக் கொள்ளக் காரணம் வெவ்வேறாக இருக்கக் கூடும், அதன் உருவம் வேறுபட்டதாக இருக்கக் கூடும்! சில இடங்களில் ஒளிவுமறை வாகச் செய்யப்படுகிறது, சில இடங்களில் கொட்டுமேளத்துடன் செய்யப்படுகிறது.

ஒக்காக்

(வேதனையோடு) ஆனால், எனக்கென்னவோ எந்த விதத்திலும் இது சம்மதமில்லை. என் வம்சம் என்றென்றைக்கும் ஒரு வெட்கக்கேடான உதா ரணமாக ஆவதில் எனக்கு விருப்பம் இல்லை. ''மல்ல ராஜ்யத்தின் அரசன் ஆண்மையற்றவன், அவன் மனைவி கருத்தரிக்க வேண்டி அரண் மனைக்கு வெளியே சென்றாள்'' என்று நூற்றுக் கணக்கான வருடங்களுக்குப் பிறகு மக்கள் வெறுப்பு கலந்த எக்காளத்துடன் பேசிக் கொள்வது...

முதன்மந்திரி

(கம்பீரமான குரலில்) இதில் விருப்பு, வெறுப்பு என்பதற்கெல்லாம் இடமில்லை அரசே!

அங்குத்தர நிகாயத்தில் ஒரு சாதாரணக் கேள்வி கேட்கப்பட்டிருக்கிறது—அரசனுக்கு அரசன் யார் என்று. அதிலேயே பதிலும் தரப்பட்டுள்ளது— அறம் என்று.

ஒக்காக்

(கொதித்தெழுந்து) என்னுடைய தர்மத்தைப் பற்றிய பாடத்தைத் தங்களிடம் நான் கற்றுக் கொள்ள வேண்டுமா என்ன?

சேனாதிபதி

(உறுதியான குரலில்) முடிசூட்டிக்கொண்ட போது ஐதரேய பிரமாணத்திலிருந்து எந்த வாக் குறுதியை எடுத்துக்கொண்டீர்கள் என்பதை மறக்க வேண்டாம்.

ராஜகுரு

எந்த இரவில் என் பிறப்பு சம்பவித்ததோ, எந்த இரவில் என் மரணம் சம்பவிக்குமோ, இவ் விரண்டிற்கும் நடுவே உள்ள என் சந்ததி, பொருள், ஆயுள் மற்றும் புகழ் இவை யாவுமே, நான் மக்களுக்குத் துரோகம் செய்தால் நாசமடை யட்டும்...

ஒக்காக்

ஆனால் நான் மக்களுக்கு என்ன துரோகம் செய்தேன்?

முதன்மந்திரி

தாங்கள், தங்கள் அறத்தைக் கடைப்பிடிக்க விரும்பவில்லை. தங்கள் பெயரை அர்த்தமுள்ளதாகச் செய்ய விரும்பவில்லை. மக்களுக்கு மகிழ்ச்சி தருபவன்தான் அரசன் எனப்படுவான்.

ஒக்காக்

(எரிச்சலுடன்) நீங்கள் எல்லோரும் இந்தச் சூத்திரங்களையெல்லாம் எனக்கு ஏன் எடுத்துச் சொல்கிறீர்கள்? அரசனைப் பற்றிய விளக்கம் என்ன என்று எனக்கும் தெரியும்.

முதன்மந்திரி

அறிந்திருந்தால் அதன்படி ஏன் நடந்துகொள்ள வில்லை?

ராஜகுரு

மக்களுக்கு ஒரு அரச சந்ததி கொடுக்கத் தங்களுக்கு ஏன் விருப்பமில்லை?

ஒக்காக்

(நிலையிழந்து உரத்த குரலில்) அப்படியென்ன மிகப் பெரிய துன்பம் வந்துகொண்டிருக்கிறது? நீங்கள் எல்லோரும் ஒரே பல்லவியைத் திரும்பத் திரும்பப் பாடுகிறீர்களே?

சேனாதிபதி

அப்படியானால் நீங்கள் ஒற்றர்கள் கொண்டு வரும் செய்திகளைக்கூட கவனிப்பதில்லை என்பது வெளிப்படையாகிறது. (*வலது பக்கம் காண்பித்து*) இத்திசையில் கேதுவும் (*இடது பக்கம் காண்பித்து*) அத்திசையில் வல்லப நாட்டு அரசினரும் மல்ல நாட்டின் மீது படையெடுத்து நம் செல்வத்தை அபகரிக்கச் சதித் திட்டம் தீட்டியுள்ளார்கள் என்பதை நான் தங்களுக்குத் தெரியப்படுத்தவில்லையா?

ஒக்காக்

நான் நோயுற்றபோது நடந்ததல்லவா இது?... இப்போதுதான் நான் முழுமையாக...

முதன்மந்திரி

ஆனால், நீங்கள் இப்போது முழுமையாகக் குணம் அடைந்துவிட்டீர்கள் என்பது தலைநகருக்கு வெளியே எத்தனை பேருக்குத் தெரியும்? மல்ல நாட்டின் ஒவ்வொரு மூலையிலும், அரசர் ஒக்காக் இறந்துவிட்டார், அவர் பெயரால் **(ஒவ்வொருவ ராகக் காண்பித்து)** முதன்மந்திரி, ராஜகுரு மற்றும் சேனாதிபதி இவர்கள் அரசாள்கிறார்கள் என்று பேசிக்கொள்ளப்படுகிறது என்னும் செய்தியை, அடிக்கடி ஒருவர் பின் ஒருவராக ஒற்றர்கள் கொண்டுவரவில்லையா என்ன?

ராஜகுரு

இதை நன்றாகத் தெரிந்துகொண்டு அண்டை நாடுகள் நம்மீது படையெடுக்கலாமே?

ஒக்காக்

(குரூரமான புன்சிரிப்புடன்) அப்படியானால் அவர்களுடன் போரிட்டு வீரசொர்க்கம் அடைவோம்... என்னுடன் நீங்கள் மூவரும் கூட....

சேனாதிபதி

நமக்குப் பிறகு என்ன நடக்கும்?

முதன்மந்திரி

பிறகு, மல்ல நாட்டின் சிம்மாசனத்தில் அமரப் போவது எஞ்சக்கூடிய ஒரு சிற்றரசன், பேராசை மிக்க ஒரு சிற்றரசன். அப்படித்தானே?

ஒக்காக்

ஒருவேளை உங்கள் விருப்பப்படியே இந்த நாட்டிற்கு ஒரு அரச சந்ததி கிடைத்துவிட்டால், அப்போது?

முதன்மந்திரி

அப்போது மக்களுக்கும் படை வீரர்களுக்கும் மன வலிமை பெருகும்.

சேனாதிபதி

மேலும் நம் எதிரிகள் தங்கள் சதித் திட்டத்தைக் கைவிட்டுவிடுவார்கள்.

முதன்மந்திரி

சந்ததிபற்றிய பிரகடனம் உண்மையில் எதன் பொருட்டு தெரியுமா அரசே! நாட்டின் சீரான நிலைப்பாட்டிற்கான பிரகடனம் அது. ஒரு பரம்பரை நீடித்து வாழ்வதற்கான பிரகடனம். ஒரு புறத்தில் இந்தப் பிரகடனம், ஒரு சாதாரணக் குடிமகனுக்கு அமைதியான வாழ்க்கைக்கான நம்பிக்கையைத் தருகிறது. மறுபுறம், நாட்டைப் பற்றிய பலதரப்பட்ட ஐயங்களை, மாற்றாரின் பேராசைகளை, சதித் திட்டங்களைத் தகர்த்தெறிகிறது. அச்சம், ஐயப்பாடு, நிச்சயமின்மை, குழப்பம் ஆகிய இடர்ப்பாடுகள் நிறைந்த குறுகிய சந்துகளிலிருந்து மல்ல நாட்டை விடுவித்து, அதை முன்னேற்றத்தின் அகன்ற ராஜபாட்டையில்...

ஒக்காக்

(ஆவேசத்துடன்) எனக்கும் மல்ல நாட்டின் முன்னேற்றத்தில் அக்கறை உண்டு. அந்தப் பொறுப்பிற்கான குத்தகை உங்களிடம் மட்டுமே ஒப்புவிக்கப்படவில்லை.

முதன்மந்திரி

ஆனால், தன்மானத்திற்கு எங்கே களங்கம் வந்து விடுமோ என்ற பயத்தில் அந்தக் குத்தகைக்காரர், தம் பொறுப்பை நிறைவேற்ற விரும்பவில்லை யென்றால், நாங்கள் என்ன செய்வது? உள்ளும்

புறமும் ஆபத்துகளால் சூழப்பட்டுள்ள நாட்டைப் பார்த்துக்கொண்டு வாளாவிருக்க முடியுமா? ஆயிரக்கணக்கான குடிமக்களின் வாழ்க்கை ஒரு குருட்டுப் பாதையில் முடங்கிக்கிடக்கிறது. ஒரு நாடு முழுதுமே, நிர்வாகம் முழுதுமே... எண்ணற்ற தலைமுறைகளின் போராட்டம், உழைப்பு, ஆக்கம் ஆகியவை **(சமிக்ஞையுடன்)** கேவலம் ஒருவர் **(அழுத்தமாக)** அபவாதத்தைக் கண்டு அஞ்சுவதன் காரணத்தால்!

ஒக்காக்

(முன்னே வருகிறான். அடக்கிய சினத்துடன்) அமைச்சரவையைப் பண்புடையது என்று சொல் வதுண்டு. ஆனால் இவர்களைப் பண்பில்லாதவர் கள் என்று சொல்லவே எனக்குத் தோன்றுகிறது.

முதன்மந்திரி

(கேலி நிறைந்த புன்னகையுடன்) இது, கேவலம் தங்களுக்கு மட்டும் தோன்றவில்லை, அரசே!... பிரியதர்சி அசோகனுக்கும்கூட இப்படித்தான் தோன்றியிருக்க வேண்டும், தன் விருப்பப்படி பௌத்த சமயத்திற்குப் பொருள் வழங்க முடியா மல் போனபோது. சுதர்சன திருக்குளத் திருப் பணிச் சடங்கு என்று தண்ணீரில் மனம்போல் பணத்தை வாரி வீச முடியாமல் போனபோது, மகாக்ஷத்ரபன் ருத்ரதாமனும் இப்படித்தான் நினைத்திருக்க வேண்டும். சிராவஸ்தியின் அரசனுக்கும் இப்படித்தான் தோன்றியிருக்க வேண்டும், அவர் விருப்பப்படி...

ஒக்காக்

(குரோதத்துடன்) தங்களுடைய, தங்கள் சபையி னுடைய வலிமையை எனக்கு நிரூபித்துக்காட்ட

விரும்புகிறீர்கள் என்றும் ஏன் சொல்லாமல் விட்டு விடுகிறீர்கள்? என்னை ஓர் உதாரணம் ஆக்கித் தாங்களே ஓர் உதாரணம் ஆகப்பார்க்கிறீர்கள்... வரலாற்றின் ஏடுகளில் கால்பதித்து ஒரு வாய் அமிர்தத்தைக் குடிக்கத் துடிக்கிறீர்கள். **(கேலியுடன்)** அஜாதசத்ருவின் மந்திரி வர்ஷகாரனைப் போல்... உதயணனின் மந்திரி பௌகந்த ராயணனைப் போல... சந்திரகுப்தனின் மகா மந்திரி சாணக்கியனைப் போல...

(திரைக்குப் பின்னிருந்து, சிறிது தூரத்திலிருந்தும், அருகிலிருந்துமாக ஒன்றன்பின் ஒன்றாக மூன்று ஆண் குரல்கள்)

சூரியன் பா... தி... மூழ்... கி... விட்டா... ன்

முதன்மந்திரி

(ஒக்காக்கைக் கூர்ந்து பார்க்கிறார்) தாங்கள் இருக்கும் மனோநிலையில் இப்படி ஐயுறுவது இயல்புதான்... மேலும் என் கபடமின்மையை வெளிப்படுத்த எனக்கு வேறு வழியும் இல்லை.

(இடைவெளி)

ராஜகுரு

பொழுது கடந்துகொண்டிருக்கிறது, மகாமந்திரி!

சேனாதிபதி

இனி நாம் தாமதிப்பது கூடாது.

முதன்மந்திரி

(வலப்புறம் பார்த்து அழைக்கிறார்) மகத்தரிகா!...

(மகத்தரிகா வருகிறாள்)

மகத்தரிகா

பெருமானே! **(கையிலிருக்கும் வெற்றி மாலையை முக்காலிமீது வைக்கிறாள்.)**

முதன்மந்திரி

மகாராணி தயாராகிவிட்டார்களா?

மகத்தரிகா

ஆம், பெருமானே!

(இடைவெளி)

முதன்மந்திரி

மகாராணியின் சமூகத்திற்குத் தெரியப்படுத்து... நேரமாகிவிட்டது என்று.

(மகத்தரிகா செல்கிறாள். திரைக்குப் பின்னாலிருந்து இசைக் கருவிகளின் ஒலி உயர்ந்தும் தாழ்ந்தும் ஒலிக்கிறது. சில கணங்களுக்குப் பிறகு நிதான நடையுடன் சீலவதி பிரவேசிக்கிறாள். முன்னால் வந்து நிற்கிறாள்)

முதன்மந்திரி

(மெல்லிய குரலில்) மகாதேவி!... இத்தருணத்தில் என்ன சொல்வது என்றே தோன்றவில்லை... இந்த நிலைமை தவிர்க்க முடியாதது என்பதைத் தாங்கள் உணர்ந்திருக்கிறீர்கள் என்று மட்டும் நம்புகிறேன்... எங்களுடைய இயலாமையை...

(ராஜருவைப் பார்த்துக்கொண்டே வெற்றி மாலையைச் சுட்டுகிறார். ராஜகுரு மாலையை எடுத்துக் கொண்டு ஒக்காக்கின் ஒருபுறம் வருகிறார்)

ராஜகுரு

(மாலையை அரசனுக்கு முன் நீட்டியவாறு) அரசே!

(சீலவதி குனிந்த தலையுடன் நிற்கிறாள். ஒக்காக் கண்கொட்டாமல் சீலவதியைப் பார்த்துக் கொண்டிருக்கிறான்)

சூரியனின் முதல் கிரணம்வரை...

ராஜகுரு

அரசே!

(முதன்மந்திரி ஒக்காக்கின் மறுபுறமும், சேனாதிபதி அவனுக்குப் பின்புறமும் வந்துவிடுகிறார்கள்)

ராஜகுரு

வெற்றி மாலையை மகாராணியிடம் தாருங்கள், அரசே!

ஒக்காக்

***(வெற்றி மாலையை எடுத்துக்கொள்கிறான். கையைத் தூக்கிக் கண நேரம் அதை உற்றுப் பார்க்கிறான். கழிவிரக்கப் புன்சிரிப்புடன்)...* வெற்றி... மாலை...*

(சீலவதியிடம் கொடுக்கிறான்)

ராஜகுரு

அரசே!... இப்போது நான் கூறுவதைத் திரும்பச் சொல்லுங்கள்...

(இடைவெளி)

பட்டத்தரசி சீலவதி! மல்ல நாட்டின் அரசனும், உன் கணவனும், ஒக்காக்கும் ஆன நான், நீ கருத்தரிக்க, உனக்கு மூன்று வாய்ப்புகள் அளிக்கப்பட வேண்டும் என்ற அமைச்சரவையின் முடிவை முழுமையாக ஏற்றுக்கொள்கிறேன்! இது முதல் வாய்ப்பு... சொல்லுங்கள் அரசே!

(இடைவெளி)

(முதன்மந்திரியும் சேனாதிபதியும் ஒக்காக்கைச் சிறிது நெருங்குகிறார்கள்)

சேனாதிபதி

அரசே!

ஒக்காக்

(சற்றுப் பட்டுக்கொள்ளாமல்) சரி சரி... **(ராஜ குருவும் சேனாதிபதியும் முதன்மந்திரியின் பக்கம் பார்க்கிறார்கள். அவர் கண்கொட்டாது ஒக்காக் கைப் பார்த்துக்கொண்டிருக்கிறார்)**

முதன்மந்திரி

(ராஜகுருவிடம்) மேலே சொல்லுங்கள்!

ராஜகுரு

(ஒக்காக்கிடம்) சொல்லுங்கள்... நான் **(சீலவதி யைக் குறிப்பிட்டு)** உனக்கு இன்றிரவு—சூரிய னின் கடைசிக் கிரணத்திலிருந்து சூரியனின் முதல் கிரணம்வரை, மாற்றுக் கணவன் ஒருவனைத் தேர்ந்தெடுக்கும் உரிமையை வழங்குகிறேன்.

(இடைவெளி)

ராஜகுரு

சொல்லுங்கள் அரசே!

(இடைவெளி)

சேனாதிபதி

(இன்னும் அருகே வருகிறார்) சொல்லிவிடுங்கள்!

முதன்மந்திரி

(வெகு அருகே வந்துகொண்டே, உறைந்த குரலில்) நேரமாகிறது, அரசே!

ஒக்காக்

(மூவரையும் பார்க்கிறான். வார்த்தைகளை விழுங்கியவனாக) உரிமையை வழங்குகிறேன்.

ராஜகுரு

தயைகூர்ந்து முழு வாக்கியத்தையும் சொல்லி விடுங்கள்!

ஒக்காக்

>   (திடீரென்று குமுறி) சொல்லித்தான் ஆயிற்றே!
>
>   (பாய்ந்து மதுவறைக்குச் செல்கிறான், கிண்ணத்தில் மதுவை ஊற்றி மட மட வென்று குடிக்கிறான்)

சீலவதி

>   (மூவரிடமும்) தாங்கள் மூவரும் கண நேரத்திற்கு...
>
>   (மூவரும் வெளியே செல்கிறார்கள். சீலவதி மாலையை முக்காலிமீது வைத்துவிட்டு, அருகே வருகிறாள்)

சீலவதி

>   ஆரிய புத்திரனே!

ஒக்காக்

>   (திரும்புகிறான். சீலவதியைப் பார்க்கிறான். கருணையுடன் முறுவலிக்கிறான்) இப்போது இப்படி அழைக்காதே!... இன்று இதற்கு உரியவன் வேறொருவன்! (திரும்பவும் கிண்ணத்தை உதட்டில் வைக்கிறான். திரைக்குப் பின்னால் வாத்திய ஒலி சிறிது உயர்ந்து பிறகு தாழ்கிறது.) இந்த மங்கல வாத்தியங்களின் ஒலி கேட்கிறதா?... இந்த ஒலி அலைகளில் எத்தனை வேதனையுற்ற இதயங்களின் ஆசைகள் அடங்கியிருக்கின்றன! வெகு தொலைவிலிருந்தெல்லாம் வந்திருக்கிறார்களாமே?... போட்டிபோட்டுக்கொண்டு... கேள்விப்பட்டேன்... ஒரு நாளைக்கு ஐம்பது காதம் விரையும் தூதுவர்மூலம் செய்தி பரப்பி வலைவீசப்பட்டதாமே? மல்ல நாட்டின் மூலைக்கு மூலை இந்தச் செய்தி அறியாதவர் எவரும் இல்லையாமே? (சீலவதியைப் பார்க்கிறான்) நீயும் இதைக் கேள்விப்பட்டாயல்லவா?

சீலவதி

ஏன் திரும்பத்திரும்ப இந்தப் பேச்சையே...?

ஒக்காக்

(முன்னே வருகிறான்) ஏன் கேட்டிருக்க மாட்டாய்? தலைநகரிலோ கடந்த வாரம் முழுவதும், ஒவ்வொரு சந்துபொந்திலும், ஒவ்வொரு தெருவிலும், ஒவ்வொரு தோட்டத்திலும், ஒவ்வொரு விளையாட்டு அரங்கிலும்...

சீலவதி

(அருகே வந்துகொண்டே) ஒக்காக்!

ஒக்காக்

(தன் வசமிழந்து) என்னைப் பேச விடேன்... என் காதுகளை அடைத்து நிரப்பியிருக்கிறது அந்த அறிவிப்பு! என் மூச்சின் வேகத்திலும் என் ரத்த ஓட்டத்திலும் அது கலந்துவிட்டது. என் ஆத்மாவில் அது எப்படிக் கலந்திருக்கிறது தெரியுமா?... தூக்கத்திலும், விழிப்பிலும், எழும்போதும், அமரும்போதும், போகும்போதும், வரும்போதும்... **(திடீரென்று பேச்சற்று நிற்கிறான். ஆற்றாமையுடன்)** இதோ கேள்... திரும்பவும் அந்தக் கூக்குரல்... திரும்பவும்!...

(திரைக்குப் பின்னிருந்து பேரிகையின் ஒலி. மறுபடியும் தண்டோரா போடுபவனுடைய முழக்கம். "மல்ல நாட்டின் ஒவ்வொரு குடிமகனுக்கும் இதன்மூலம் தெரியப்படுத்துவது என்னவென்றால், இன்றிலிருந்து ஏழு தினங்களுக்குப் பிறகு, பௌர்ணமி அன்று மாலை, பட்டத்தரசி சீலவதி அரச மண்டபத்தில் கடமைப் பாவையாகி பவனி வருவார்கள். அச்சமயம் மல்ல நாட்டின் ஒவ்வொரு குடிமகனும் அவ்விடம்

வருகைதருமாறு அழைக்கப்படுகிறார். பட்டத் தரசி சீலவதி தன் விருப்பப்படி யாரேனும் ஒருவரை ஓரிரவுக்காக... சூரியனின் கடைசிக் கிரணத்திலிருந்து... சூரியனின் முதல் கிரணம் வரை... மாற்றுக் கணவனாக வரித்துக்கொள் வார்கள்."... பேரிகையின் முழக்கம்)

(இடைவெளி)

ஒக்காக்

(சிறிது ரோஷத்துடன்) உனக்குத் தெரியுமா இந்த வாசகத்தை யார் உருவாக்கியது என்று? உடனே இந்த மனிதனை வெளியேற்ற வேண்டும் என்று நாளையே நான் அமைச்சரவையில் பிரஸ் தாபிக்கப்போகிறேன். (உரக்க) அவன் மிகக் கொடிய தவறு செய்திருக்கிறான்... தன் விருப்பப் படி யாரேனும் ஒரு குடிமகனை!... ஹூம்... குடிமகன்!... சிகண்டி கூடத்தான் குடிமகன்! யாரேனும் ஓர் ஆண்மகனை என்று இருந்திருக்க வேண்டும். (உடனே பேச்சற்று) இல்லை, இல்லை... நான்கூடத்தான் ஆண்மகன்... (சீலவதி யைப் பார்த்துக்கொண்டே, கோபத்தை அடக்கி) ஒரு முழுமையான ஆண்மகனை... ஒரு ஆண்மை யுள்ள ஆண்மகனை... இதுதான் சரியாக இருக்கும்.

சீலவதி

(அருகே வருகிறாள்) ஒக்காக்... இதோ பாருங் கள்... சிறிது கட்டுப்படுத்திக்கொள்ளுங்கள்... இந்தக் கணம் சோதனை நிறைந்தது.

ஒக்காக்

ஆம்... சோதனை எனக்கு... என் பொறுமைக்கு... என் தன்மானத்திற்கு...

சீலவதி

(சிறிது ஆவேசமாக) நீங்கள் அதில் தனித்து இல்லை. நானும் உங்களுடன் இருக்கிறேன்...

ஒக்காக்

ஆம்... அதனால்தான் ஒரு வாரமாக உன் தரிசனம் கூடக் கிடைக்கவில்லை... என்றைக்கு இந்த அறிவிப்பு தொடங்கியதோ, சரியாக அன்றிலிருந்து...

சீலவதி

(இரக்கம் நிறைந்த குரலில்) தங்களெதிரில் நான் எப்படி வர முடியும்?... முதலில் எனக்கு என்னையே தயார்செய்துகொள்ள வேண்டியிருந்ததே... எல்லா நெறிமுறைகளையும் உடைத்தெறிந்து, உயர்வாக மதித்தவற்றையும் பண்புகளையும் உதறிவிட்டு, என் மனவலிமை முழுவதையும் ஒன்றுதிரட்டி இன்றைய இந்தக் கணத்தை வந்தடைய வேண்டியிருந்தது... அதற்குப் பிரிவு தேவையாக இருந்தது, தவிர்க்க முடியாததாக இருந்தது...

ஒக்காக்

(மெல்லிய புன்னகையுடன்) ஆக, இப்போது நீ தயாராகிவிட்டாய்?

சீலவதி

...ஆம்...

ஒக்காக்

(பொருள் நிறைந்த குரலில்) எதற்கு?

(இடைவெளி)

சீலவதி

கடமைப்பாவையாகி... என் கடமையை நிறைவேற்ற...

ஒக்காக்

(இருமி) எப்படிப்பட்ட ஆண்மகனுக்கு உன்னு டன் உறங்கும் பேற்றை அளிப்பது என்று யோசித்துவிட்டாயா?

சீலவதி

(குத்திட்டு ஒக்காக்கைப் பார்க்கிறாள்) ஏன் இப்படிப் பேசுகிறீர்கள்?...

ஒக்காக்

(செயற்கையான வியப்புடன்) எப்படிப் பேசுகி றேன்?

சீலவதி

இதில் என் தவறு ஏதும் இல்லையே...

ஒக்காக்

நான் இப்போது என்ன சொல்லிவிட்டேன்?... எதற்கு முக்கியத்துவம் தருவாய் என்று சாதாரண மாகக் கேட்கிறேன்... ஆரோக்கியத்திற்கா... அல்லது அழகிற்கா... அல்லது நிறத்திற்கா?...

சீலவதி

(வேதனையுடன்) தாங்களே அறிவீர்கள்... முன்னரே ஏற்றுக்கொண்டுவிட்டேன் என்று...

ஒக்காக்

(வேகத்துடன்) எதை... ?

சீலவதி

(அதேபோல) தங்களை... தங்களுடைய... (சற்று நிறுத்தி) தாங்கள் எப்படியாயினும் சரி, யாரா யினும் சரி...

ஒக்காக்

(உறைந்த குரலில்) நன்றி!

சீலவதி

(எரிச்சலுடன்) இப்போது நான் சொன்னதற்கு அர்த்தம் தாங்களாகக் கற்பித்துக்கொள்கிறீர்களே, அதுவல்ல... (மிருதுவாக) நான் சொல்லவந்தது... ஒக்காக்... நான் வாழ்க்கையை எனக்குக் கிடைத்த படியே எப்போதோ என்னுடையதாக்கிக் கொண்டுவிட்டேன். இப்போதும் அதை நான் ஏற்றுக்கொண்டுதான் இருக்கிறேன். நான் ஒரு போதும் நினைத்துப்பார்த்ததேயில்லை... இப்படியும் நடக்கக்கூடும் என்று... வருடங்கள் கழிய வருடங்கள் வந்து போகும்... பருவங்கள் செல்லப் பருவங்கள்... நான் ஏற்றுக்கொண்டுவிட்ட அந்த எண்ணம் மேலும்மேலும் வலுப்பெற்றுக்கொண்டிருந்தது... திரும்ப இப்போது... இப்படி அந்த வார்ப்புச் சட்டம் முழுதையும் உடைத்துத் தூளாக்கிக்கொண்டு... புதிய... (தன்னை அடக்கிக்கொள்ள முயல்கிறாள்) இங்கு... இன்றிரவு நாமிருவருமே ஒரே போராட்டத்தில் ஈடுபட்டிருக்கிறோம்... களம் வேறு, பிரச்சினைகள் வேறு, அவ்வளவுதான்...

ஒக்காக்

(வேகத்துடன்) கிடையாது... இரண்டிற்கும் அதிக வித்தியாசம் இருக்கிறது.

சீலவதி

(அழுத்தமாக) கிடையாது... தாங்கள் இங்கு இரவு முழுதும் விழித்திருப்பீர்கள், நான் அங்கு இரவு முழுதும் விழித்திருப்பேன்... அதே அவமானம், வெட்கம், வேதனை... அதே கவலை... திணறல்... பயம்...

ஒக்காக்

(மெல்லிய புன்னகையுடன்) பயமா? ஏன்... எதற்குப் பயம்?

சீலவதி

என்ன பேச்சு!... என்னைப் போன்ற அந்தப்புரப் பெண்களை நம் புலவர்கள் எப்படியெல்லாம் வர்ணிக்கிறார்கள் என்று தெரியுமல்லவா?... சூரியனால் தீண்டப்படாதவள்... சூரியனுடைய கிரணம்கூட எவளைத் தீண்டவில்லையோ... அத்தகைய பெண் தன் கையில் வெற்றி மாலையை ஏந்தி அரங்கத்தில் நுழைவாள். ஆயிரமாயிரம் கண்கள் அவளையே நோக்கிக் குத்திட்டிருக்கும். ஓர் இரவுப் பொழுதுக்கு அவள் யாரோ ஓர் ஆண் மகனுடன் சென்றுவிடுவாள். அவள் முன்பின் பார்த்திருக்காதவன். அவனைப் பற்றி அவள் ஏதும் அறிந்திருக்க மாட்டாள். அத்தகைய ஒருவனுக்கு அவள் தன் உடலையே அர்ப்பணித்துவிடுவாள். தன் அழகை, தன் இளமையை, தன் கன்னி மையை...

ஒக்காக்

(புண்பட்டு) உன் கன்னிமை பற்றி எத்தனை வேதனை உனக்கு உண்டோ அந்த அளவு வேதனை எனக்கும் உண்டு.

சீலவதி

(எரிச்சலுடன்) அய்யோ, நான் என்ன செய்ய?... எங்கு போக!... ஒவ்வொரு சொல்லுக்கும் நான் நினைக்காத பொருளை ஏன் கொள்கிறீர்கள்?... நான் இதைத்தான் சொல்லவந்தேன்... **(மிருது வாக)** இதோ பாருங்களேன், அண்டையிலிருந்த தம்பதிகளைப் பற்றிச் சொல்லியிருக்கிறேன்

இல்லையா?.. அவர்களுக்கு வயதாகிவிட்டிருந்தது. உறவின் இந்தக் கட்டத்தில் உடலின் தேவைகளின் குறுக்கீடு இல்லை. ஆனால், அவர்கள் மகிழ்ச்சியுடனும், நிறைவுடனும் இருந்தார்கள்... ஏன்? ஒருவேளை வேறு ஏதாவது காரணம், அர்த்தம் மிக்க காரணம், மகத்தான ஒரு காரணம் இருக்கலாம். இருவரின் ஆளுமையிலும் ஒரு ஒற்றுமை, ஒருவர் மற்றவரைப் புரிந்துகொள்வது, இயல்பில் இனிமை, இருவரிடமும் ஒத்த ருசி...

ஒக்காக்

(குரூரமான சிரிப்புடன்) யாரை ஏமாற்றுகிறாய்? என்னையா அல்லது உன்னையேவா?

சீலவதி

(தீவிரமாக) தங்களிடம் பேசுவதே பாவம்.

ஒக்காக்

(வெகுண்டு) ஆம் ஆம்...எல்லாமே பாவம்தான்... என்னிடம் பேசுவது... என்னிடம் இருப்பது... என்னுடன் உறங்குவது...

(சட்டென்று வலப் பக்க வாயில் வழியாக வெளியேற முயலுகிறான். இடப்புற வாயில் வழியாக முதன்மந்திரியின் பிரவேசம். இருவருமே அவரைப் பார்க்கவில்லை)

சீலவதி

(ஆவேசத்துடன்) நான் தங்களைப் பற்றி நினைக்கவா அல்லது என்னைப் பற்றி... ?

(ஒக்காக் வெளியேறுகிறான். முதன்மந்திரி சில அடிகள் முன்னே வந்து)

முதன்மந்திரி

(மெல்லிய குரலில்) மகாதேவி!

சீலவதி

(அவரைக் கவனிக்காமல் வேறுபுறம் நடக்கிறாள்) ஒன்றுமே தோன்றவில்லை... என்ன செய்வது, செய்யாமலிருப்பது...

முதன்மந்திரி

(வேதனையுடன்) அரசரைப் பற்றிய கவலையை விடுங்கள். அவர் புரிந்துகொள்ள விரும்பவில்லை... ஆகையால் அவருக்காக யாரும் எதுவும் செய்ய முடியாது... செய்ய விரும்பினாலும் இயலாது.

சீலவதி

(அழுத்தமாக) எனக்குத்தான் யார் என்ன செய்ய முடியும்?

முதன்மந்திரி

(அதிர்ந்து) மகாதேவி!

சீலவதி

(நிறுத்தி, தனக்குள் சொல்லிக்கொள்வதுபோல்) நினைத்துநினைத்து நடுங்கிக்கொண்டிருக்கிறேன்... முன்பின் பார்த்திராத ஒரு மாளிகை... அந்த மாளிகையில் ஒரு படுக்கை அறை... அந்த அறையின் படுக்கை... அந்தப் படுக்கையில்... **(இடைவெளி) (பரிதாபம் தொனிக்கும் புன்னகையுடன்)** வேசிகளுக்கு இருக்கும் மனவலிமையை எவ்வளவுதான் வியந்துரைத்தாலும் போதாது.

முதன்மந்திரி

தாங்கள் என்ன சொல்லுகிறீர்கள், மகாதேவீ!

சீலவதி

முற்றிலும் முதல் சந்திப்பு, அந்தச் சந்திப்பிலேயே எல்லாவற்றையும்விட மிக நெருங்கிய ஒரு

உறவு... பயங்கரத்தின் உச்சநிலை, சிகரம் அது... வீழ்ச்சியின் பாதாளமும் அதுதான்...

(இடைவெளி)

முதன்மந்திரி

மகாதேவி! தங்கள் கவனம் முழுதும் தற்போதைய லட்சியத்தின் மீதே இருக்குமாயின் இந்த நிலைமையை எதிர்கொள்வது எளிதாகிவிடும். **(மெல்லிய புன்னகையோடு)** அர்ச்சுனன் துரோணரிடம் சொன்னான்... எனக்கு மீனின் இடது கண் மட்டும்தான் தெரிகிறது... என்று.

சீலவதி

எனக்குப் புரியவில்லை.

முதன்மந்திரி

பெண்மையின் முழுமை எதில் இருக்கிறது? **(இடைவெளி)** இந்தக் குறை உங்களைப் பாதிக்கவில்லையா? தங்கள் அறையில் ஒரு குழந்தை சிரித்து விளையாட வேண்டும் என்ற ஆசை தங்களிடம் எப்போதுமே உண்டாகவில்லையா? கண்ணாடிபோன்ற தரையில் தன் பிம்பத்தைப் பார்த்து அது ஆச்சரியப்பட, சிரிக்க, சிரிக்கும் போது இளந்தளிரைப் போன்ற அந்த உதடுகளினூடே சின்னஞ்சிறிய பற்கள் ஒளிர, அழுதால் கண்களிலிருந்து முத்துகளைப் போன்ற கண்ணீர் உதிர... தன் மழலையில் அம்மா என்று தங்களை அழைக்க, அதன் அம்மா என்ற குரலைக் கேட்டுத் தங்கள் ஒவ்வொரு நரம்பும் அதிர்ந்து விம்ம, அந்த அழைப்பு... சொல்வதானால், இன்றுவரை மனித நாகரிகத்தின், பண்பாட்டின் விதை அதுதான் என்று சொல்லலாம்.

சீலவதி

(வேதனையோடு) மகாமந்திரி அவர்களே!...

(தன்னை அடக்கிக்கொள்ள முயல்கிறாள்.)

முதன்மந்திரி

அதிகப்பிரசங்கித்தனத்தை மன்னிக்க வேண்டும், மகாதேவி! தாங்கள் உணர்ச்சியின் இரு கரைகளிலும் தனியாகவே நிற்கிறீர்கள். ஒரு குறையை இப்போது என்னவோ நிறைவாக்க முடியாது... ஆனால், மற்ற குறையைப் பொருத்தவரை தங்களுக்கு... மன்னிக்கவும்... அதிர்ஷ்டவசமாகத் தங்களுக்கு இப்படியொரு வழி திறந்திருக்கிறது... கௌரவத்திற்குக் களங்கம் வராமல், சந்ததி என்ற நிதி கிடைக்க வழி இருக்கிறது.

சீலவதி

(தயக்கத்துடன்) ஆனாலும்... அது மிகக் கடினமான...

முதன்மந்திரி

தங்கள் மனத்தைத் திடப்படுத்திக்கொள்ளுங்கள். சூரியனின் மறைவுடன் செல்கிறீர்கள், சூரியனின் உதயத்துடன் திரும்பிவிடுவீர்கள்.

சீலவதி

ஒரு பெண்ணின் பார்வையில் இருந்துகொண்டு தங்களால் பார்க்க முடியாது. முற்றிலும் ஒரு அந்நிய ஆடவனுடன்...

முதன்மந்திரி

தங்கள் மனவேதனையை ஒப்புக்கொள்கிறேன். ஆனாலும் ஒரு சங்கடச் செயலிலிருந்து விடுபடும் விஷயம்தானே. ஒரு சடங்கு, ஒரு உபசாரமாக,

கடமை நிறைவேற்றுதலாகப் போதுமே... அந்தச் சில கண நேரத்திற்குத் தங்களையே மறந்து விடுங்கள். இமைகளை மூடி, காதுகளைப் பொத்தி உடலை மட்டும் தளரவிடுங்கள். ஐம்புலன்களையும் ஜடமாக்கி, உணர்வை உயிரற்றதாக்கி விடுங்கள். மனக்கண்களை, அடையவிருக்கும் பலனின் மீது மட்டும் நிலைநிறுத்துங்கள்... கள்ளங்கபடற்ற முகம்... சுருண்ட கூந்தல், பால் வழியும் சிறு பற்கள்... பெண்மையின் முழுமை... தாய்மையின் நிறைவு...

(சீலவதி மெய்மறந்து முதன்மந்திரியைப் பார்க்கிறாள். அவர் சிறிது வணங்கி வாயிலை நோக்கிக் கையைக் காட்டுகிறார். மெல்ல மெல்ல சீலவதி முன்செல்ல, அவளைத் தொடர்ந்து முதன்மந்திரியும் வெளியே போகிறார். திரைக்குப் பின்னால் வாத்தியங்கள் உயர்ந்தும், தாழ்ந்தும் ஒலிக்கின்றன. ஒக்காக் பிரவேசிக்கிறான். இங்குமங்கும் பார்க்கிறான் மதுவறையை அணுகுகிறான். ஒரு கிண்ணத்தை நிரப்பிக் கையில் எடுக்கிறான். திடீரென்று வாத்திய ஒலி நின்று விடுகிறது. ஒக்காக் அதிர்ந்துபோகிறான். சாளரத்தின் பக்கம் பார்வை படுகிறது. ஒரு செய்யக் கூடாத, வெட்கப்படக் கூடிய செயலைச் செய்யப் போவதுபோல் பாதி தூரத்தில் நின்றுவிடுகிறான். மகத்தரிகா கையில் ஒரு கிண்ணத்தை ஏந்தி வருகிறாள்)

மகத்தரிகா

அரசே! தங்களுக்குத் தலைவலிக்கிறது அல்லவா?... மருந்து தரட்டுமா?... இந்தக் குழம்பைத் தடவி விடட்டுமா?

ஒக்காக்

> இப்போது சரியாக இருக்கிறேன். (**திரை மறைவில் மெல்லிய ஆரவாரம். மகத்தரிகா கிண்ணத்தை முக்காலி மீது வைக்கிறாள். ஒக்காக் மதுக் கிண்ணத்திலிருந்து ஒரு மிடறு குடிக்கிறான். இரண்டு, மூன்று முறைகள் மகத்தரிகாவைப் பார்க்கிறான். பார்வைகள் சந்திக்கும்போது அவனுக்கு வெட்கம் மேலிடுகிறது. வேறு பக்கம் பார்த்துக்கொண்டே**) சிறிது அங்கு பாரேன், என்ன நடக்கிறதென்று?

மகத்தரிகா

> (**சாளரத்தின் அருகில் சென்று பார்த்தவாறே**) அரங்கத்தில் மக்கள் கூட்டம் நிரம்பி வழிகிறது... காவலர்கள் அவர்களை மேலும் முன்னே வராமல் தடுத்தவாறு இருக்கிறார்கள். (**இடைவெளி**) மண்டபத்தின் நடுவில் மல்ல தேசத்தின் கொடி பறக்கிறது. அருகிலேயே முதன்மந்திரி நிற்கிறார். அவருக்கு வலப்புறம் ராஜகுரு, இடப்புறம் சேனாதிபதி... பின்புறம் அமைச்சரவை உறுப்பினர்கள், ஆங்காங்கே உயர் அதிகாரிகள், வியப்பில் மூழ்கியிருக்கும் மக்கள்... வெற்றி வேட்கையுடன் வந்திருப்போர் இருபுறமும் தங்கள் இருக்கைகளில் அமர்ந்திருக்கின்றனர்... அனைவரின் கவனமும் மகாராணியின் மீது பதிந்திருக்கிறது. (**இடைவெளி**) மகாராணி கையில் மாலையுடன் நடந்து வருகிறார்கள்... மெல்லமெல்ல... யாரோ ஒருவர் எதிரில் சற்று நிற்கிறார்கள். உடனே சேடி காதில் அவரைப் பற்றிச் சொல்கிறாள்... (**இடைவெளி**) மகாராணி அக்கறையின்றி கடந்து செல்கிறார்கள்... தோரணங்களும், கம்பங்களும் பின்தங்க, மகாராணி மேலே செல்கிறார்கள். எல்லோர் பார்வையும் மகாராணி மீது பதிந்திருக்கிறது.

ஆனால் மகாராணியோ அவர்கள் எல்லாரையும் பார்த்தாலும், யாரையும் கவனித்ததாகத் தெரிய வில்லை. **(இடைவெளி)** இடது வரிசை முடிந்து விட்டது. மகாராணி திரும்புகிறார்கள். வலது பக்கமாக வந்துகொண்டிருக்கிறார்கள். **(இடைவெளி)** எப்பேர்ப்பட்ட ஆழ்ந்த அமைதி! அரச அரங்கம் போலன்றி, மயான பூமியைப் போல!... **(இடைவெளி)** அரண்மனை வாயிலில் ஒரு ரதம் வந்து நிற்கிறது. அதிலிருந்து ஒருவர் இறங்குகிறார், மண்டபத்தை நோக்கி வருகிறார்.

ஒக்காக்

(சிறிய புன்னகையுடன்) யாரேனும் வெற்றி வேட்கையுடன் வந்தவராயிருக்கும்.

மகத்தரிகா

(சிறிது தயங்கி) கூட்டத்தைக் கிழித்துக்கொண்டு விரைவாக முன்னே வருகிறார்... கூட்டத்தில் சிறிது ஆரவாரம் உண்டாகிறது... முதன்மந்திரி முதலானோர் கூட்டத்தில் அவரையே பார்க்கி றார்கள். சேனாதிபதி என்ன என்று பார்ப்பது போல் முன்னே வருகிறார். மகாராணிகூட வலது வரிசையின் நடுவில் நின்றுவிட்டார்கள்... ஒரு காவலன் அந்த மனிதரைத் தடுக்க முயல்கிறான்... அவர் அவனிடம் ஏதோ சொல்லி... மேலும் முன்னே வருகிறார். **(இடைவெளி. பிறகு ஆவே சத்துடன்)** அட! அவர் அருகிலேயே வந்துவிட் டார்... இரு வரிசைகளின் நடுவே! **(இடைவெளி)** மகாராணி ஸ்தம்பித்துப்போய்விட்டார்கள். அந்த மனிதர் மகாராணியைக் கண்கொட்டாமல் பார்க் கிறார். **(ஒக்காக்கிடம்)** வாருங்களேன்... இங்கு வந்து பாருங்களேன்!

ஒக்காக்

(சலனத்துடன்) வேண்டாம். வேண்டாம். நீயே சொல்..பிறகு என்ன நடக்கிறது?

மகத்தரிகா

மகாதேவி (நிறுத்திவிடுகிறாள்)

ஒக்காக்

(சிறிது முன்னே வந்து) என்ன நடக்கிறது?

மகத்தரிகா

இப்போது எனக்கு அவர் யார் என்று தெரிகிறது.

ஒக்காக்

யாரவர்?... யார் அது?

மகத்தரிகா

(ஒக்காக்கைப் பார்க்கிறாள்) அவர்தான், ஆர்ய பிரதோஷன்.

(திரைக்குப் பின்னே ஆரவாரம் அதிகரிக்கிறது)

ஒக்காக்

(வேதனையுடன்) என்ன நடந்தது... அங்கே என்ன நடந்தது?

(மகத்தரிக்காவின் உதடுகள் அசைவது தெரிந்தாலும் ஆரவாரத்தின் காரணமாக ஒன்றும் கேட்க முடிவதில்லை)

ஒக்காக்

(ஓங்கிய குரலில்) சொல்லேன்... என்ன நடந்தது?

(திடீரென்று ஆரவாரம் நின்றுவிடுகிறது. மகத்தரிகா ஒக்காக்கின் மீது நேராகக் கண் பதித்து)

மகத்தரிகா

(மங்கிய குரலில்) மகாதேவி... ஆர்ய புத்திரன் பிரதோஷன் கழுத்தில் மாலையைப் போட்டுவிட்டார்கள்!

(மெதுவாக அரங்கத்தில் இருள் சூழ்கிறது)

அங்கம் 2

பறவைகளின் ஒலி, அரங்கத்தின் மையத்தில் வெளிச்சம் பரவுகிறது. ஒக்காக் பின்புறம் கை கோத்தவண்ணம் குறுக்கும் நெடுக்குமாக உலாவு கிறான். அரங்கத்தின் மற்ற பகுதிகளில் ஒளி பரவ, அங்குள்ள பொருள்கள் தெரியவருகின்றன. கடைசியாக, படுக்கைமீது ஒளி. பிறகு அரங்கம் முழுவதும். திரைக்குப் பின்னிருந்து மூன்று ஆண் குரல்கள் சற்று தூரத்திலிருந்தும், சற்று அருகி லிருந்துமாக ஒன்றன் பின் ஒன்றாக ஒலிக்கின்றன. "இரவின்... ஒரு... நாழிகை கழிந்துவிட்டது". மகத்தரிகா வருகிறாள்.

மகத்தரிகா

அரசே! இரவின் ஒரு நாழிகை கழிந்துவிட்டது.

ஒக்காக்

(திரும்பிப் பார்த்து, மெதுவாக) ஒரு நாழிகையா? இதுவரை ஒரு நாழிகைதானா? கடிகையில் இரு முறைதான் தண்ணீர் நிரம்பியதா? இருமுறை தான் காலியாயிற்றா? (அழுத்தமாக) கிடை

யாது... நிச்சயமாக எங்கோ தவறு நிகழ்ந்திருக்க வேண்டும்... நேரம் கணிப்பவர்களை உடனடியாக அழைத்துவா...

மகத்தரிகா

(சிறிது தயங்கி, மிருதுவாக) இல்லை அரசே! எங்கும் தவறு நேரவில்லை... அப்படி என்ன நேரமாகிவிட்டது? *(சாளரத்தின் அருகே வருகிறாள்)* மேல்வானத்தில் சிவப்பின் ரேகை இன்னும் மறையவில்லை...நீங்களே வந்து பாருங்களேன்...

ஒக்காக்

(சுதாரித்துக்கொண்டு) அப்படியா?... *(மெல்ல)* இந்தச் சற்று நேரத்திற்குள் என் வாழ்க்கையை... புதிதாக வாழ்ந்துவிட்டாற்போல்...

(இடைவெளி)

மகத்தரிகா

(மன்றாடும் குரலில்) அரசே... ஏதாவது சாப்பிடுங்களேன். உடம்பைக் கவனித்துக்கொள்ளவும் வேண்டுமல்லவா?

ஒக்காக்

(சிறிது பதற்றத்துடன்) ஒன்றும் நேர்ந்துவிடாது... ஒன்றும் நேர்ந்துவிடாது... வாழ்க்கை மிகவும் வெட்கமற்றது... *(சிறிது முன்னால் வந்து கொண்டே தனக்குத் தானே சொல்லிக்கொள்வது போல்)* எதுவும் நிகழும் முன் மனிதன் எவ்வளவு யோசிக்கிறான், "இது இவ்வாறு நடக்குமா... எதற்காக நடக்கும்... என்னால் தாங்க முடியாது. நான் உடைந்துபோய்விடுவேன்... சிதறிப்போய் விடுவேன்" என்று வேதனையுறுகிறான்...

(கழிவிரக்கத்துடன் கூடிய புன்னகையுடன்) பிறகு சாவி கொடுத்த பொம்மையைப் போல உடனே எழுந்து நின்றுவிடுகிறான்... (இடைவெளி. திரும்புகிறான்) கீழே என்ன பார்த்துக்கொண்டிருக்கிறாய்?

மகத்தரிகா

(மெதுவாக) வெறுமையான மண்டபம், காற்றில் மெதுவாக ஆடும் தோரணங்கள்... தூண்களில் சுற்றிய மலர் மாலைகள் ஆங்காங்கே அறுந்து... உருண்டுகிடக்கும் ஒன்றிரண்டு மங்கலக் கலசங்கள்... *(இடைவெளி)* எல்லாமே மௌனமாகி விட்டன... அசைவற்று...

ஒக்காக்

(கழிவிரக்கம் நிறைந்த புன்னகையுடன்) கோலாகலத்தை அடுத்த வெறுமை!

(மதுவறை அருகே வருகிறான். ஒரு கிண்ணத்தை நிரப்பிப் பருகுகிறான். வாயிற்காவலன் வருகிறான்.)

வாயிற்காவலன்

அரசே! ஒற்றர்கள் வெகு நேரமாகக் காத்திருக்கிறார்கள். அவர்களை அழைத்துவர அனுமதி கிடைக்குமா?

ஒக்காக்

உம்... *(வாயிற்காவலன் செல்கிறான். விரக்தியான பெருமூச்சுடன்)* இன்று இரவு ஒன்றுமே இல்லை... *(விகாரமாகச் சிரிக்கிறான்)* இப்போது எதுவுமே ரகசியமாக இல்லை... *(இரண்டு மிடறு குடிக்கிறான்)* மகத்தரிகா!

மகத்தரிகா

அரசே!

ஒக்காக்

கௌடில்யன், அரசனுக்காக இரவை எட்டுப் பிரிவுகளாகப் பிரித்திருக்கிறான்... **(நடுவே வந்து)** முதல் பிரிவில் ஒற்றர்களுடன் கலந்து பேசுவது... இரண்டாவதில் குளிப்பது, உண்பது, வாசிப்பது... மூன்றாவதில் அந்தப்புரப் பிரவேசம்... நான்காவது, ஐந்தாவதில் உறக்கம்... ஆறாவதில் விழித்தல்... ஏழாவதில் மறுபடியும் ஒற்றர்களுடன் ஆலோசனை... எட்டாவதில் அரசப் புரோகிதர்களுடன் திருஉரையாடல் **(இடைவெளி)** உனக்குத் தெரியுமா, கௌடில்யன் எவ்வளவு புத்திசாலி என்று... அல்லது, எவ்வளவு சிறந்த சோதிடன்... சிறந்த தீர்க்கதரிசி என்று?...

மகத்தரிகா

(அவனை நிறுத்த முனைகிறாள்) பேரரசே!

ஒக்காக்

(சற்றுப் பித்துப்பிடித்தாற்போல்) அவன் ஒக்காக்கை எவ்வளவு சாமர்த்தியமாகக் காப்பாற்றியிருக்கிறான் தெரியுமா? **(விரல்களால் எண்ணிக்கொண்டே)** அந்தப்புரப் பிரவேசமா... ஒக்காக் அதைச் செய்கிறான். உறக்கமா? ஒக்காக் அதைச் செய்கிறான்... கண் விழித்தலா? ஒக்காக் அதைச் செய்கிறான்... **(புன்னகைத்து)** பார்த்தாயா?... யாரும் என்மீது குறைகாண முடியாது... **(திடீரென்று)** நான் கௌடில்யனுக்குக் கடமைப்பட்டவனாக இருக்க வேண்டும்... சொல்?... என்ன செய்யட்டும்?... எப்படிச் செய்யட்டும்?... அவன் பெயரை ஒரு மாளிகைக்குச் சூட்டவா?... அவனுடைய பெயரால் ஏதாவது தோட்டத்தில் ஒரு மரத்தை நடவா?... நகரில், முக்கியச் சதுக்கத்தில் அவன் திருவுருவச்சிலையை எழுப்பவா?

மகத்தரிகா

(சிறிது கலக்கம் அடைந்து) அரசே! ஒன்றும் சாப்பிட விரும்பவில்லையென்றால் ஓய்வாவது எடுங்களேன். உறக்கம் வந்துவிட்டால்...

ஒக்காக்

உறக்கமா?... *(கழிவிரக்கத்துடன் கூடிய புன்சிரிப்புடன்)* மகத்தரிகா, இன்றிரவு எனக்கு மரணம் கூட வராது. *(மதுவறை அருகில் செல்கிறான். கிண்ணத்தை நிரப்பிச் சிறிது குடிக்கிறான். திரும்பாமலேயே)* நீ வீட்டிற்குப் போ... உன் கணவனிடம்... எனக்காக உன் கணவனின் அருகாமையை நீ ஏன் இழக்கவேண்டும்?

மகத்தரிகா

அவர் இன்று இங்கில்லை அரசே. ஏதோ அரசாங்க வேலையாக சிராஸ்வதிக்கு அனுப்பப்பட்டிருக்கிறார்.

ஒக்காக்

ஓஹோ... *(இடைவெளி. திரும்பி)* இருந்திருந்தால் இன்றிரவு...?

மகத்தரிகா

அரசே... *(தலைகுனிகிறாள்)*

ஒக்காக்

என்னிடம் சொல். வெட்கப்படாதே. *(சிறிது இடைவெளி)* மகத்தரிகா.

மகத்தரிகா

(கண்களைத் தாழ்த்தி) என்னால் சொல்ல இயலாது.

ஒக்காக்

ஏன்?

மகத்தரிகா

(அவசரமாக) எதுவும் நிச்சயம் இல்லை.

ஒக்காக்

ஏன்?

மகத்தரிகா

பல விஷயங்களைப் பொறுத்திருக்கிறது.

ஒக்காக்

உதாரணமாக?

(இடைவெளி)

மகத்தரிகா

என்னுடைய, அவருடைய மனநிலை... வேலையின் பளு அல்லது குறைவு... களைப்பு...

(இடைவெளி)

ஒக்காக்

மேலும்?

மகத்தரிகா

என் உடல் நிலை...

ஒக்காக்

தவிர?

மகத்தரிகா

குழந்தைகளைப் பற்றிய எங்கள் தீர்மானம்...

ஒக்காக்

உனக்கு இன்னும் குழந்தையே கிடையாது அல்லவா?

மகத்தரிகா

ஆமாம்.

ஒக்காக்

ஏன் அப்படி?

மகத்தரிகா

நாங்கள் எங்கள் திட்டப்படி நடக்கிறோம்.

ஒக்காக்

அப்படியென்றால்?

மகத்தரிகா

ஏதாவது எதிர்பாராத நெருக்கடிக்காக வேண்டிய அளவு பொருள் வசதி... சொந்த வீடு, எல்லாவித மான வசதிகள்... சொந்த ரதம்... முதலியவை.

(இடைவெளி)

ஒக்காக்

மகத்தரிகா... இன்றிரவைப் போல வாரத்தில் எத்தனை இரவுகளைக் கழிப்பீர்கள்?... எத்தனை இரவுகள் இம்மாதிரி இல்லாமல் இருக்கும்?

மகத்தரிகா

(வேதனையான குரலில்) அரசே! சற்று தயவு செய்யுங்களேன்.

ஒக்காக்

(சிறிது நிறுத்தி) தெரியும் மகத்தரிகா, இவை யெல்லாம் உன் அந்தரங்கமான விஷயங்கள். நான் உன்னை எதுவும் கேட்பது சரியல்ல... ஆனால், இவற்றையெல்லாம் தெரிந்துகொள்ள என் மனம் என்ன பாடுபடுகிறது என்று உனக்குத் தெரியாது... எனக்கென்று நண்பனே கிடையாது. உற்றவரும் கிடையாது... சிம்மாசனம் கண்ணுக்குப் புலப் படாத சுவர், அதைக் கடந்து நான் மறுபக்கம் போகவும் முடியாது. அங்கிருந்து ஒருவரும் இப் பக்கம் வரவும் முடியாது... யாருடைய அனுபவங்

களிலிருந்தும் நான் ஒரு பயனும் அடைய முடியாது, யாரிடமும் என் ரகசியங்களைச் சொல்லிக்கொள்ள முடியாது. யாரிடமும் என் வேதனையைப் பகிர்ந்துகொள்ள முடியாது.

(இடைவெளி)

மகத்தரிகா

எத்தனை முறை உடலுறவுகொள்வது என்பதற்கு எந்த விதமான பொது விதியும் கிடையாது, அரசே! தம்பதிகளைப் பொறுத்து அது மாறிக்கொண்டே இருக்கும். எங்களைப் பொறுத்தவரை, ஆரம்பத்தில் அதன் எண்ணிக்கை அதிகமாக இருந்தது, இப்போது குறைந்து ஒரு நிலைக்கு வந்துவிட்டது... வாரத்தில் அநேகமாக மூன்று முறை...

ஒக்காக்

...யார் தொடங்குவார்கள்?

மகத்தரிகா

(வெட்கப் புன்னகையுடன்) இயல்பாகவே கணவன்தான்...

ஒக்காக்

நீ எப்பொழுதும் தொடங்குவதே இல்லையா... **(இடைவெளி)**... சொல்லேன்.

மகத்தரிகா

வெகு குறைவு... மேலும், நான் தொடங்கிய போது, அவர் மாதக் கணக்கில் என்னைக் கேலி செய்துகொண்டிருந்தார்.

(இடைவெளி)

ஒக்காக்

கணவன் மனைவியிடையே உள்ள இந்த உறவு... உனக்குச் சிறிது விசேஷமாகத் தோன்றுகிறதா?

சூரியனின் முதல் கிரணம்வரை...

மகத்தரிகா

(*சிறிது தயங்கி*) எனக்குப் புரியவில்லை...

ஒக்காக்

மற்ற எல்லாவற்றிலிருந்தும் மாறுபட்டது... (*மகத்தரிகா திரும்பவும் கேள்விக்குறியுடன் பார்க்கிறாள்*) இப்படிச் சொல்வோமே... வாரத்தில் ஏழு நாட்கள்... ஞாயிற்றுக்கிழமை ஒருவன் வெளியே போகாவிட்டாலும் கூட மற்ற ஆறு நாட்களின் அன்றாடச் செயல்களிலிருந்து அது மாறுபடுகிறது... இல்லை, இன்னொரு விதத்தில், மாதக் கணக்கான வேறுபாடு இன்மைக்குப் பிறகு ஒரு விழா... அதேபோல் இந்த உறவும் சிறிது விசேஷமானதாக, மேன்மையானதாக இருக்கிறதா?

மகத்தரிகா

சந்தேகம் இல்லாமல்...

ஒக்காக்

எப்படி?

மகத்தரிகா

(*சிறிது யோசித்து*) நெருக்கத்தின் உச்ச எல்லை...

ஒக்காக்

திருமணத்திற்குப் பிறகு முதல் இரவிலேயே...

மகத்தரிகா

(*நாணம் நிறைந்த புன்னகையுடன்*) ஆம்... ஆனால், இது சில நாட்கள்வரைதான் கொண்டாட்டமாக இருக்கிறது. பிறகு ஞாயிற்றுக்கிழமையாகிவிடுகிறது.

ஒக்காக்

>(சிறிது தனக்குத் தானே சொல்லிக்கொள்வதைப் போல) ஆனாலும், ஞாயிற்றுக்கிழமை மற்ற ஆறு நாட்களிலிருந்து மாறுபட்டது. **(இடைவெளி)** சரி, இப்படி வைத்துக்கொள்ளேன். ஏதோ விபத்தோ அல்லது வேறு ஏதாவதோ... ஏற்பட்டு உங்கள் இருவரிடையே இந்த உறவு இல்லாமல் போய் விட்டால், அப்போது நீ எப்படியோ மெல்ல மெல்ல...

மகத்தரிகா

>(புன்னகையுடன்) அது எப்படி முடியும்?

ஒக்காக்

>(சிறிது நிறுத்தி) இருப்பதைப் பற்றி நான் பேசவில்லை... ஆனால், சிறிது கற்பனைசெய்து பார். கண நேரத்திற்கு... நினைத்துப்பார்... இப்படி...

மகத்தரிகா

>கற்பனைசெய்வது மிகக் கடினம் அரசே! நான் கனவில்கூட இப்படி நினைத்துப்பார்க்க முடியாது.

ஒக்காக்

>(விரக்தியான குரலில்) நடக்கக் கூடாதது எதுவுமே இல்லை மகத்தரிகா... **(இடைவெளி. மிகுந்த மென்மையுடன்)** ஆனால், இதற்கு வேறு அர்த்தம் செய்துகொள்ளாதே... உங்கள் இருவர் மீதும் எனக்கு மிகுந்த அன்புண்டு, உங்கள் நல்வாழ்வை விரும்புகிறவன் நான் என்று உனக்குத் தெரியும்.

மகத்தரிகா

தெரியும் அரசே, அதற்காகக் கடமைப்பட்டவள் நான்... மேலும் நானும் உங்களுக்கு வேதனை தர விரும்பவில்லை... நான் சொல்லவந்தது... அது மிக இயற்கையானது, அன்றாடத்தின் மிக இயல்பான அம்சம்... திடீரென்று இம்மாதிரி எதையோ நினைத்து, அதன் விளைவைக் கற்பனைசெய்வது...

(பறவையின் ஒலி)

ஒக்காக்

இது என்ன ஒலி?

மகத்தரிகா

சக்கரவாகப் பறவை அரசே. அரசியின் கைகளால் இன்று தாமரைத் தண்டின் சாறு அதற்குக் கிடைக்கவில்லை. அவர்களின் குரல் கேட்கவில்லை. அதனால் வேதனையுற்றிருக்கிறது.

ஒக்காக்

ஓ... *(சாளரம்வரை வருகிறான். நிதானமாக)* இரவு முழுவதும் நால்வர் விழித்திருப்பார்கள்... சக்கரவாகப் பறவை... நான்... அல்லி... மற்றும் சந்திரன்.

(அரங்கத்தில் ஒளி சிறிதுசிறிதாகக் குறைந்து அணைந்துபோகிறது. சாளரத்தில் மட்டும் சந்திரக் கிரணம்போல் மங்கிய ஒளி தெரிகிறது. இடைவெளி. அரங்கத்தில் மெல்லமெல்ல ஒளி பரவுகிறது. ஒக்காக்கும் மகத்தரிகாவும் இருந்த இடத்தில் சீலவதியும், பிரதோஷனும் காணப்படுகிறார்கள்)

சீலவதி

(மெல்லமெல்ல) எப்பொழுதோ விஷக் கன்னிகையைப் பற்றிக் கேள்விப்பட்டதுண்டு... எப்படிச்

சிறு வயதிலிருந்தே அவளுக்குச் சிறிதுசிறிதாக விஷம் கொடுத்துத் தயாராக்கப்பட்டாள் என்று... நான் என்னவாக இருந்தேன்?... எவ்வளவு பெரிய குடும்பம்... தந்தையின் அளவான வருவாய்... வறுமை... இல்லாமை... அடைய முடியாமை... துன்பம்... **(கண நேர இடைவெளி)**... கிடைக்காததால் ஏற்பட்ட மனமுறிவு... இல்லாமையால் கிடைத்த கசப்பு... புன்முறு வலிக்கக்கூட முடியாதபடி குத்தல்... சிரிக்கக்கூட முடியாத திணறல்... மற்றவர்களிடம் கோபம்... தன்னைச் சேர்ந்தவர்களிடம் குரோதம்... தன்னிடமே வெறுப்பு... முதலிலிருந்தே எனக்கு இவையே தொடர்ந்து கிடைத்தன... சில குறைந்த அளவில், இன்னும் சில அதிக அளவில், மேலும் சில முழுதாக... புதிய வீட்டில் எனக்கு வெறும் நான்கு சுவரும், ஒரு கூரையும், இரண்டு வேளை பழையதும் கிடைத்திருந்தால் இப்பொழுதும் என்னுடைய இயல்பின் விஷத் தன்மை தன் தாக்கத்தைக் காட்டியிருக்காதா என்ன?

பிரதோஷன்

(சிறிது ஏளனமாக) அரச மாளிகைக்குப் போன பிறகு இந்த விஷம்... ?

சீலவதி

(தனக்குத் தானே சொல்லிக்கொள்வதுபோல்) எல்லாமே மெல்லமெல்ல மறைந்து ஆவியாகிவிட்டது—கற்பூரத்தைப் போல. இத்தனை சுகம்... இத்தனை வசதிகள்... இவ்வளவு செல்வம்... மற்றும் இத்தனை கௌரவம்... என் வெந்த மனத்தின் மீதும், உயிரின் மீதும் சந்தன மணம் போன்று பரவிவிட்டன. இங்கு ஆசைகளுக்கு நிறைவு இருந்தது. ஆனால், பொருட்களுக்கு

முடிவு இல்லை. இங்கு விருப்பங்களுக்கு எல்லை இருந்தது... ஆனால், செல்வத்திற்கு அளவு இல்லை.

(இடைவெளி)

பிரதோஷன்

(பொருள் நிறைந்த குரலில்) திருமணத்திற்கு முன்பே உனக்குத் தெரியுமா... உன் கணவன்...

சீலவதி

இல்லை...

(இடைவெளி)

பிரதோஷன்

ஒருவேளை தெரிந்திருந்தால்... உன் முடிவு வேறாக இருந்திருக்குமோ?

சீலவதி

(சிறிது யோசித்து) உம்... உம்... விடு.. நடந்ததைப் பற்றிக் குழப்பிக்கொள்வதில் என்ன லாபம்? **(பிரதோஷனைப் பார்க்கிறாள். சிறிய புன்னகையுடன்)** உன்னைப் பற்றிச் சிறிது சொல்லேன்... பெரிய செழிப்புள்ள வணிகன் ஆகிவிட்டதாகக் கேள்விப்பட்டேன்.

(இடைவெளி)

பிரதோஷன்

(மெல்லமெல்ல) ஆம்... உன் திருமணத்திற்குப் பிறகு வேறு வழியே இல்லை. எந்த நம்பிக்கையும் இல்லை. எந்த மதிப்பீடோ, கொள்கையோ இல்லை. ஏதாவது இருந்தால் அது செல்வம் தான்—தனிப்பட்டவன் தன் சுகத்தைத் தேடுவதுதான் என்று எப்போது தெரியவந்ததோ, அப்போதிலிருந்து முழுமூச்சுடன் அதை அடைய

ஈடுபட்டுவிட்டேன். காலையிலும், மாலையிலும், இரவும், பகலும் ஒரே எண்ணம்தான். ஒரே எண்ணம்; ஒரே கவலை; கேவலம், ஒரே நோக்கம்... அப்போது தெரிந்தது, செல்வத்தைப் பெறுவது அப்படி ஒன்றும் கடினமானது அல்ல என்று... ஒன்றுமில்லை, உடலையும் மனத்தையும் முழுமையாகச் சமர்ப்பித்துவிட வேண்டும்... **(சீலவதியைப் பார்த்துப் புன்முறுவலிக்கிறான்)** இப்படியாக நான் பணப்பேய் ஆகிவிட்டேன்.

(இடைவெளி)

சீலவதி

சுகமாக இருக்கிறாயா?

பிரதோஷன்

நீ சுகமாக இருக்கிறாயா?

சீலவதி

(ஒருபுறமாகச் சென்று) நான் உன்னைக் கேட்கிறேன்.

பிரதோஷன்

நான் சுகமற்றவனாகவும் இல்லை... செல்வம் பலவற்றையும் தருகிறது. எதைத் தரவில்லையோ அது ஒன்றும் அவ்வளவு மகத்துவம் வாய்ந்ததாகத் தெரியவில்லை.

(இடைவெளி)

சீலவதி

திருமணம் ஏன் செய்துகொள்ளவில்லை?

பிரதோஷன்

(செயற்கையான வியப்போடு) அப்படியென்றால் என்ன?

சீலவதி

(அதிர்ந்துபோகிறாள். சுதாரித்துக்கொண்டு) தனி மனிதன் சுகத்தைத் தேடி... திருமணத்திற்கு அதில் இடம் இல்லையா?

பிரதோஷன்

நீயே சொல்லேன்... இருக்கிறதா?

சீலவதி

அப்படித்தான் கேள்வி.

பிரதோஷன்

ஒரு கருவியாகத்தானே... ? அது ஒன்றும் குறைவில் லை... எஞ்சியது உடலின் தேவைகள். அவற்றின் நிறைவுக்கு வேறு வழிகள் இருக்கின்றன. **(சீலவதி யைப் பார்க்கிறான். கேலி நிறைந்த புன்சிரிப்பு டன்)** நான் என்னைப் பற்றித்தான் சொல்லிக் கொண்டிருக்கிறேன்.

(சிறிது இடைவெளி)

சீலவதி

என்னைப் பற்றியதாக ஏன் இல்லை?

பிரதோஷன்

அது நீயாகத் தேடிக்கொள்வது.

சீலவதி

(பெருமிதமான புன்னகையுடன்) அதுதான் தொடங்கிவிட்டதே.

பிரதோஷன்

வாழ்த்துகள்!

சீலவதி

(கூர்ந்து பார்க்கிறாள்) ஏன் இப்படிப் பேசுகி றாய்?

பிரதோஷன்

> *(செயற்கையான வியப்போடு)* எப்படிப் பேசுகி றேன்?

சீலவதி

> *(நிறுத்தி)* நீ மகிழ்ச்சி அடைவாய் என்று நினைத் தேன்.

பிரதோஷன்

> எதற்காக?
>
> *(இடைவெளி)*

சீலவதி

> எது நடந்துகொண்டிருக்கிறதோ, அதற்காக... பார், திருமணத்திற்குப் பிறகு... நான்... எனக்கு *(நிறுத்திவிடுகிறாள். இடைவெளி)* ஒருவேளை உனக்குத் தெரிந்திருக்காது... நான் இதுவரை கன்னிதான்...

பிரதோஷன்

> உன் கன்னிமையில் இன்னும் எனக்கு அக்கறை இருக்கிறது என்று நினைக்கிறாயா?

சீலவதி

> நான் உனக்குத் தவறு இழைத்தவள்... அதற்குப் பரிகாரம் செய்யவே முடியாது.

பிரதோஷன்

> *(அசட்டையாக)* இருக்கலாம்... ஆனால், அதை விடச் சிறந்தது ஒன்று இருக்கிறது.

சீலவதி

> *(தயங்கி)* அது என்ன?
>
> *(சிறிது இடைவெளி)*

பிரதோஷன்

நீ இங்கு எவ்வாறு வந்தாயோ, அப்படியே திரும்பிப் போய்விடலாம்.

சீலவதி

(*ஆதங்கத்துடன்*) அப்படியென்றால்?

பிரதோஷன்

நான் உன்னைத் தீண்டக்கூட மாட்டேன்.

(*கண நேரம் இடைவெளி*)

சீலவதி

(*வேதனையுடன்*) இல்லை... நீ இவ்வளவு கடுமையாக என்னைத் தண்டிக்கக் கூடாது, எனக்கு இவ்வளவு பெரிய அநீதி இழைக்கக் கூடாது, (*குனிந்து மண்டியிடுகிறாள். அவனுடைய இரு கால்களையும் தன் தோள்களால் அணைத்துக் கொள்கிறாள். அவன் முழங்காலில் தன் தலையைச் சாய்க்கிறாள்*) உனக்குத் தெரியாது... நான் எவ்வளவு வேதனை அனுபவித்திருக்கிறேன் என்று...

பிரதோஷன்

(*நிறைவான புன்னகையுடன் சில கணங்கள் சீலவதியைப் பார்த்துக்கொண்டிருக்கிறான். பின் குனிந்து*) எழுந்திரு. (*தூக்குகிறான். அவள், தன் சாமர்த்தியம் பலித்ததுபோல் பிரதோஷனைப் பார்க்கிறாள். பிறகு தன் தோள்களை அணைத்த அவன் இரு கைகளையும் பார்க்கிறாள். பிரதோஷன் மெல்லத் தன் கைகளை இழுத்துக் கொள்கிறான்.*)

சீலவதி

(*மலைத்து*) எவ்வளவு அபூர்வமாக இருக்கிறது இந்த ஸ்பரிசம்!

பிரதோஷன்

(விளங்காமல்) என்ன?

சீலவதி

(தோள்களைப் பார்த்துக்கொண்டே) எவ்வளவு வெம்மை!... ஏதோ உயிருள்ள...

பிரதோஷன்

(புன்னகையோடு) என்ன சொல்கிறாய்?

சீலவதி

(சிறிது ஆவேசத்துடன்) பார்... இன்னும் சிலிர்ப்பு என் உடலை விட்டு நீங்கவில்லை. (தன்னையே மறந்தவள்போல், அந்த இடத்தின் மீது தன் கன்னங்களை உரசுகிறாள். உதடுகளால் தடவுகிறாள். சில கணங்களுக்குப் பிறகு பார்வையை உயர்த்துகிறாள். கண்கள் சந்தித்த பிறகு பிரதோஷன் புரிந்துகொண்டவன்போல் புன்னகைக்கிறான், தன் கைகளை விரிக்கிறான். சீலவதி பேசாமல் வந்து அவன் மார்பில் தன் தலையைச் சாய்க்கிறாள். சில கணங்களுக்குப் பிறகு முகத்தை மேலே நிமிர்த்துகிறாள். பிரதோஷன் குனிகிறான். அரங்கத்தில் மெல்லமெல்ல இருட்டு பரவுகிறது. ஒரு விளக்கு மட்டும் படுக்கைமீது மையமாக எரிகிறது. பிறகு படிப்படியாக ஒளி பரவத் தொடங்குகிறது. வெளிச்சம் பரவத் தொடங்கியதும், தழுவிக்கொண்டிருந்த இருவர் இருந்த இடத்தில் ஓர் உருவம் நிற்கிறது. விளக்கின் ஒளிக்கதிர் அந்த உருவத்தின்மீது படும்போது அது ஒக்காக் என்று தெரியவருகிறது. கண்ணிமைக்காமல் படுக்கையைப் பார்த்துக்கொண்டேயிருக்கிறான். திரைக்குப் பின்னால், சற்று அருகிலிருந்தும் தொலைவிலிருந்தும் ஒன்றன்பின்

சூரியனின் முதல் கிரணம்வரை... 71

ஒன்றாக மூன்று ஆண் குரல்கள். "இரவின்...
ஒரு... நாழிகை... கழிந்து... விட்டது.")

(மகத்தரிகாவின் வருகை. ஒளி அரங்கம் முழுவதும் பரவுகிறது. மகத்தரிகா மதுப் பாத்திரத்தை முக்காலிமீது வைக்கிறாள். ஒரு கிண்ணத்தில் நிரப்புகிறாள். அருகே வருகிறாள்)

மகத்தரிகா

(தாழ்ந்த குரலில்) அரசே... *(ஒக்காக் திரும்புகிறான். அவள் யார் என்று புரிந்துகொள்ள முயல்பவன்போல் பார்க்கிறான்)*... நன்றாகப் பதப்பட்ட மது கேட்டீர்களே...

ஒக்காக்

ஓ... ஆமாம்... *(கிண்ணத்தை எடுத்துக்கொள்கிறான். சாளரத்தின் அருகே வருகிறான். ஒரு மிடறு குடிக்கிறான்)* எவ்வளவு பயங்கரமான நிசப்தம் வெளியே.

மகத்தரிகா

(ஆழ்ந்த பெருமூச்சுவிட்டு) ஆமாம்... மிகவும்.

ஒக்காக்

(மெதுவாக) பகலில் எவ்வளவு வேகம், என்ன ஓட்டம். ஆனால், இரவில் நகரம் எவ்வளவு மௌனமாகிவிடுகிறது... ஆங்காங்கே ஒளிர்விடும் ஒளித் துளிர்கள்..தெருவில் எப்போதோ ஏதோ ஒரு ரதத்தின் ஓசை, குளம்பொலி... அவ்வளவுதான்.

மகத்தரிகா

எல்லாமே உறங்கிவிடுகின்றன... பேராவல்கள், கனவுகள், போராட்டங்கள், குருட்டு ஓட்டம்...

ஒக்காக்

(கழிவிரக்கம் நிறைந்த புன்னகையுடன்) நிறைய விஷயங்கள் தூங்காமலும் இருக்கின்றன. *(சமிக் ஞையுடன், சிறு மகிழ்ச்சியுடன்)* அங்கே பார், அந்த மாளிகையின் மேல்மாடியில் விளக்கு எரிகிறது. *(சாளரத்திலிருந்து நகர்கிறான்)* சமீபத்தில் இரண்டு வழக்குகள் நீதிமன்றத்தில் வந்திருந்தன. *(சிறிது மது குடிக்கிறான்)* நாகேஷ் என்ற வணிகன் அரசாங்கக் கடனுக்கு வேண்டித் தன் மனைவியைப் பயன்படுத்திக்கொண்டிருந் தான். மான்யக் குழுவின் தலைவர்மீது மேற் பார்வைக் குழுவினால் வழக்கு தாக்கல்செய்யப் பட்டு... நீ கேள்விப்பட்டிருப்பாயே?

மகத்தரிகா

ஆம், அரசே...

ஒக்காக்

இரண்டாவது வழக்கு ஒரு பாடகனின் மனைவி யிடமிருந்து. அவள் திருமண உறவிலிருந்து விடுதலை பெற விரும்பினாள். செல்வந்தன் உத்தாலகனின் மனைவியுடன் தன் கணவன் தகாத உறவுகொண்டிருந்தான் என்று அவள் கூறினாள்... பிறகுதான் தெரியவந்தது, உத்தால கனின் முழுச் செல்வமும் அவன் மனைவி யுடையது என்றும். அவன் அவள் சொல்படியே நடந்துகொண்டிருந்தான் என்றும். *(இடைவெளி)* நாகேஷ்... உத்தாலகன்... இன்று இவ்விரு கணவர் கள்மீது எனக்கு முழு இரக்கமும் தோன்றிற்று... இந்தப் பரிதாபத்திற்குரியவர்களின் வாழ்க்கையில் இம்மாதிரி எத்தனை இரவுகள் வந்திருக்குமோ? *(இடைவெளி)* நீதிபதி தன் தீர்ப்பில் இக்கணவர்

களின் பெயர்களைக் குறிப்பிடவில்லை. இந்த மேன்மை தங்கிய புண்ணியவான்கள் பெயர்ச் சொற்கள் அல்ல, அடைமொழிகள்... வெறும் அடைமொழிகள் என்று சொன்னார். *(மகத்தரி காவைப் பார்க்கிறான்.)* எப்படிப்பட்டவை... தெரியுமா... *(வேகத்துடன்)* என்னைப் போல... என்னைப் போல *(முக்காலிவரை வந்து கிண்ணத் தை நிரப்புகிறான். மடமடவென்று குடிக்கிறான். பிறகு முக்காலிமீது முழங்கை ஊன்றி பிரமித்து நின்றுவிடுகிறான். தீனமாக)* என் பெயர்ச்சூட்டு சடங்கு... வீணாகிவிட்டது... என் பெயர் தாங்கிய அரச முத்திரை... வீணாவிட்டது. கற்பாறை களிலும் தாமிரப் பட்டயங்களிலும், அரசாங்க ஆணைகளிலும் இட்ட என் கையெழுத்து... நான் பெயர்ச்சொல் அல்ல... வெறும் அடைமொழி... அடைமொழி?

மகத்தரிகா

(வேதனையுற்றவள்போல்) அரசே!... *(தனக்குத் தானே பேசுவதுபோல்)* உங்கள் கவனத்தை எப்படித் திருப்புவது?... *(இடைவெளி)* வீணை வாசிக்கவா?... பாட்டுப் பாடவா?... நாட்டிய மாடவா?...

ஒக்காக்

(மகத்தரிகாவைக் கண்கொட்டாமல் பார்க்கிறான். அருகே வருகிறான். இரு கைகளாலும் அவள் முகத்தை மேலே உயர்த்துகிறான். மெதுவாக) எவ்வளவு அழகாக இருக்கிறாய் நீ!... இந்த மயக்கும் கண்கள்... *(விரலால் தடவிக் கொண்டே)*... இந்த ரசம் நிறைந்த உதடுகள்... *(தோள்களைப் பற்றி)*... வேட்கையின் உள் இழைகளை எரித்துச் சாம்பலாக்கிவிடும் அளவு

தகித்துக்கொண்டிருக்கும் அங்கங்கள்... மதம் பிடித்த யானைபோன்ற அடங்காத... வெறியூட்டும் இளமை... தனிமையில் உன்னைப் பார்ப்பவனுக்கு கௌரவத்தின் இரும்புத் தளைகள்கூடத் தாமரைத் தண்டுகள்போல் துவண்டுவிடும்... **(பைத்தியம் பிடித்தவனைப்போல் சிரிக்கிறான். பின்னோக்கிப் போய்)** *ஆனால், உன் கணவன் கவலையில்லாமல் இருக்கிறான், ஏனென்றால் நீ என்னருகே இருக்கிறாய்... இந்தப் பூமியில் எந்த இளம் பெண்ணுக்கும் என்னிடம் எந்த விதமான பயமும் கிடையாது... என் கண்ணுக்கு உகந்த வளுக்குக்கூட என்னால் தீமையில்லை. என் தோள்களில் அணைபவளுக்குக் கூடத் தீங்கில்லை.* **(படுக்கையைப் பார்த்துக்கொண்டே)** *என்னுடன் படுப்பவள்கூடப் பாதுகாப்பானவள் தான்...* **(படுக்கையை நோக்கிப் போகிறான்)** *உலக நியதியில் மற்றொரு தனிப்பட்ட நடைமுறை... எனக்குத் தெரியாதது... இலக்கிய நூல்களில் இத்தனை பெரிய பிரிவுகள்... எழுத்துகளில் இவ்வளவு விவரணைகள்... சமய நூல்களில் இவ்வளவு மனத்தடைகள்... இந்த பலாத்காரங்கள்... எனக்கு ஒரே குழப்பம்... ஒரே புதிர்... கேவலம் ஒரு...*

மகத்தரிகா

(வேதனையுடன்) அரசே!... நீங்கள் ஏன் வீணாக?...

ஒக்காக்

என்னைப் பேச விடு... பேச விட்டுவிடு.

(இடைவெளி)

(இனி வரும் பேச்சின்போது, இரண்டு வரிகளுக்குப் பின் அரங்கத்தின் இடப்புறம் இருட்டா

கிறது. மகத்தரிகா காணப்படுவதில்லை)... சிறு வயதிலேயே பெற்றோரின் மரணம்... நான் குருகுலத்தில் இருந்தேன். மந்திரிசபை என் பெயரால் நிர்வாகம் செய்துகொண்டிருந்தது. வயது வந்ததும் தலைநகருக்கு அழைக்கப்பட்டேன்... முடிசூடல்... திருமண ஏற்பாடு... அப்பொழுதுதான் ஜோதிடர் சொன்னார், என் கிரகம் மிகவும் பலமாக இருப்பதால் எந்த அரச குமாரியின் ஜாதகத்துடனும் என்னுடையது சேரவில்லை என்று... கடைசியில் பொருந்தியதோ ஒரு ஏழைக் குடும்பப் பெண்ணின் ஜாதகத்துடன்... திருமணம் நிச்சயிக்கப்பட்டது. ஏற்பாடுகள் நடைபெற்றன... அந்த நாள் நெருங்கியது... அப்போது என்னால் மேலும் மறைக்க முடியவில்லை... நான் அரச வைத்தியரிடம் சொன்னேன்... நான்... நான் **(சற்று மௌனம்)** ஒரு பெண்ணை நிர்வாணமாகக் கற்பனை செய்துபார்க்கிறேன், ஆனால் என்னிடம் எந்த உணர்ச்சியும் தோன்றவில்லை... அவர் என்னைப் பரிசோதனை செய்துபார்த்தார்... ஒருவேளை இது ஏதாவது மனோதத்துவப் பிரச்சினையாக இருக்கும்... குழந்தைப் பருவத்திலேயே அநாதையானது... யாரிடமும் ஒட்டாமல் இருந்தது... நீண்ட தனிமை... எப்போதும் என்னுள்ளேயே முடங்கிக்கிடந்தது... எப்போதுமே முடிவெடுக்க முடியாத பலவீனம்... எப்போதுமே நிச்சயமின்மை... அதீத மௌனம், கழிவிரக்கம், கோழைத்தனம்... ஒவ்வொரு அநீதியையும், ஒவ்வொரு அவமானத்தையும் பேசாமல் பொறுத்துக்கொள்ளல்... தன்னம்பிக்கைக் குறைவு, இயல்பாகவே உறைந்த உணர்வுகள், மனதில் திடமின்மை... குழந்தைப் பருவத்தில் ஒன்றன்பின் ஒன்றாகப்

படையெடுத்த நோய்கள்... என் எல்லா வியாதி களுக்கும் மருந்து திருமணம் ஒன்றுதான் என்று அவர் சொன்னார். மனைவியை விட வேறு தீர்வு கிடையாது... அவள் எனக்குத் துணையாகி என் தனிமையை அகற்றுவாள், நட்பாகி என் அன்றாட வாழ்க்கையை ஏற்றுக்கொள்வாள், தாய்ப்பாசம், சகோதரியின் பிரியம், காதலியின் அன்பு... இவை இல்லாமை அகன்றுவிடும், எல்லாக் குறைகளுமே நிறைவடையும்... இழந்த தன்னம்பிக்கை மீண்டும் கிடைக்கும்... மேலும் படுக்கையை நெருங்கும்போது—காமத்தின் முழு பூரிப்புடன் பெண்மை ஆண்மையை வரவேற்கும் அந்த மனோதத்துவக் கணத்தில் தானாகவே... *(படுக் கையைப் பார்க்கிறான், கண்கொட்டாமல். அரங்கத்தின் வலதுபுறம் இருளத் தொடங்குகிறது. நடுவிலுள்ள விளக்கின் ஒளி இரண்டு பொருட் களின் மீது மாறிமாறி விழுகிறது—ஒக்காக்கின் மீதும், படுக்கையின் மீதும்)*... நான் அவளை அணைப்பேன்... அவளுடைய மை தீட்டிய விழி கள்... சிவந்த உதடுகள்... உதடுகளின் துடிக்கும் ஓரங்கள்... ஓயாத முத்தங்களின் மழையினால் என் ரத்த ஓட்டம் அதிகரிக்கும்... துடிக்கும் விரல்களால் அவளுடைய மார்க்கச்சை அவிழ்ப் பேன்... இரைக்கும் மூச்சோடு அவளுடைய உள்ளாடையை நீக்குவேன், அவளுடைய இள மையான உடல், ஆடையற்ற உடல்,... பரபரக்கும் கைகளால் அவள் உடலை வருடுவேன், தாபம் நிறைந்த உதடுகளால் அவள் கன்னத்தில் முத்த மிடுவேன்... என் இதயத் துடிப்பு அதிகரிக்கும்... என் மூச்சு ஊதுகுழலாக வேகமடையும். என் நெற்றியில் வேர்வை வழியும்... என் ஒவ்வொரு நரம்பும் இழுக்கப்பட்டு அறுந்துவிடும் போலாகி

விடும்... பிறகு? இதற்குப் பிறகு என்ன ஆகும்?... **(வெடித்து)** என் உடலையே திரும்பத்திரும்பக் கேட்கிறேன், இதற்குப் பிறகு என்னவாகும்? என் நரம்புகளை... என் உதிரத்தின் உஷ்ணத்தை... என் இளமையை... என் ஆண்மையை... **(இடைவெளி)** பதிலின்... உருவமாக என் கண்ணெதிரே வரும் அந்தகாரம்... அடர்ந்த இருட்டு... வெறும் இருட்டு...

(அரங்கத்தில் இருட்டு. நீண்ட அமைதி. திரைக்குப் பின்னிருந்தது சிறிது ஓசை—மூச்சின் ஒலி... சிறு முனகல்கள்... ஆடைகளின் சலசலப்பு, ஆபரணங் களின் கிணுகிணுப்பு, யாரோ படுக்கையில் புரள்வதுபோல்... சீலவதி, பிரதோஷன் குரல் களில் நிறைவின் ரேகை தொனிக்கிறது)

பிரதோஷன்

சீ... ல்...

(இடைவெளி)

சீலவதி

ஊம்...

(இடைவெளி)

பிரதோஷன்

ஏன் மௌனமாக இருக்கிறாய்?

(இடைவெளி)

சீலவதி

இல்லையே... ***(சிரிப்பு)***

பிரதோஷன்

ஏதாவது பேசேன்.

சீலவதி

ஊஹூம்...

(இடைவெளி)

பிரதோஷன்

விளக்கு ஏற்றட்டுமா?

சீலவதி

வேண்டாம்... வெளிச்சத்தில் எல்லாமே மாறி விடுகிறது...

(இடைவெளி. கிண்ணத்தில் மதுவை ஊற்றும் ஓசை)

பிரதோஷன்

நடு இரவு ஆகிவிட்டது...

சீலவதி

(சட்டென) எவ்வளவு இரக்கமின்றிப் பேசுகிறாய்.

பிரதோஷன்

ஏன்? என்ன நடந்தது?

சீலவதி

(அதே குரலில்) இன்னும் பாதி இரவு இருக்கிறது... என்று சொல்லேன்.

(சிரிப்பு. ஆடைகளின் சலசலப்பு—ஆபரணங்களின் கிணுகிணுப்பு. இடைவெளி)

பிரதோஷன்

சீ... ல்..

(இடைவெளி)

சீலவதி

ஊம்...

பிரதோஷன்

உறக்கம் வந்துவிட்டதா?

சீலவதி

உறக்கமா...? *(சிரித்து)* இன்றிரவு எனக்கு மரணம் கூட நேராது...

(இடைவெளி)

சீலவதி

வெகு அழகான ஒளி...

பிரதோஷன்

அல்லி மலர்ந்திருக்கிறது கீழே...

சீலவதி

(ஆழ்ந்த மூச்சு விட்டு) முழு நிலவின் இரவல்லவா... இங்கே பார், இந்த மாலையைக் கழற்றி விடேன்... கழுத்தில் உறுத்துகிறது...

பிரதோஷன்

சரி, திரும்பு...

(ஆடைகளின் சலசலப்பு... ஆபரணங்களின் ஒலி)

அங்கம் 3

(இருட்டு. ஒரு ஆண் உருவத்தின் தோற்றம் மெதுவாக அரங்கில் நடமாடிக்கொண்டிருக்கிறது. திரையின் பின்னால் முதலில் ஒன்று பிறகு, பல பறவைகள் ஒலிக்கின்றன. தூரத்திலிருந்தும், சிறிது அருகிலிருந்தும் மூன்று ஆண் குரல்கள் "சூரியனின் முதல் கிரணம்..." திரைக்குப் பின் வீணையில் காலைப் பொழுதின் ராகம் துவங்குகிறது. அதனுடனேயே பதற்றத்துடன் மகத்தரிகா பிரவேசிக்கிறாள்.)

மகத்தரிகா

(ஆவேசத்துடன்) மங்களமுண்டாகட்டும் அரசே! ஒளி! வெளிச்சம்! பிரகாசம்! (இந்த மூன்று சொற்களுடன் அவ்வப்போது, படிப்படியாக அரங்கம் முழுவதுமாக வெளிச்சமடைகிறது. ஒக்காக்கின் முகத்திலுள்ள வெறுமையைக் கண்டு மகத்தரிகா தன்னைத் தானே கட்டுப்படுத்திக் கொள்ள முயல்கிறாள்)

ஒக்காக்

(மெல்லமெல்ல) ஆம்... இரவு கழிந்துவிட்டது...

மகத்தரிகா

(சாளரத்தின் இடப் பக்கம் வருகிறாள். சிறிது கழித்து) அரண்மனை வாயிலில் முதன்மந்திரி, ராஜகுரு, சேனாதிபதி மூவரும் காத்துக்கொண்டிருக்கிறார்கள்... (இடைவெளி. சாளரத்தின் முன் புறம் வருகிறாள்) ரதம் வந்துகொண்டிருக்கிறது... எரியும் தீவட்டியுடன் முன்னே ஒரு காவலன்...

ஒக்காக்

(தன்னிரக்கம் நிறைந்த புன்னகையுடன்) ஏனெனில் அரசி சூரியனால்கூடத் தீண்டப்படாதவள்!

(இடைவெளி, மெல்லமெல்ல அதிகரித்த குதிரைகளின் குளம்பொலி மிக அருகே வந்து நின்றுவிடுகிறது. மகத்தரிகா ஒக்காக்கைப் பார்க்கிறாள். தலையைக் குனிந்து இடப்புறக் கதவு வழியாக வெளியே செல்கிறாள். திரைக்குப் பின்னால் இசை வேகமாக ஒலிக்கிறது. ஒக்காக் கவலையோடு இங்குமங்குமாக நடக்கிறான். இடப்புறக் கதவை நோக்குகிறான். மிக மெதுவான நடையுடன் சீலவதி வருகிறாள். நடையிலும், தோற்றத்திலும் சிறிது போதை; தன்னை மறந்த நிலை. இசை குறைந்துகொண்டேவந்து மறைகிறது. இருவரும் கண்கொட்டாமல் ஒருவரையொருவர் பார்க்கிறார்கள். நீண்ட மௌனம்)

ஒக்காக்

(மெல்லிய சிரிப்புடன்) ஆக... இரவு எப்படிக் கழிந்தது?

சீலவதி

(சோம்பலுடன், குளிர்ந்த மூச்சுடன்) விடிந்ததே தெரியவில்லை... உங்களுக்கு... ?

ஒக்காக்

(சிறிது தயங்கி, புன்னகையுடன்) இந்தப் படுக்கை அறை சாட்சி... இந்தச் சுவர்களும், ஜன்னலும்... இந்த முத்துச் சரங்கள்... *(உன்னிப்பாகப் பார்க்கிறான்)* என்ன... இந்த வேஷத்தில் இருக்கிறாய்? *(அருகே வர முயல்கிறான்)* கசங்கிய ஆடை... கலைந்த அலங்காரம்... கலைந்த கூந்தல்... *(இடைவெளி)* இது என்ன மணம்?... *(சீலவதி சிரிக்கிறாள். ஒக்காக் சற்று உயர்ந்த குரலில்)* சொல்லேன்? இந்த மணம் எப்படி வந்தது? *(மேலும் சிரிக்கிறாள்)* வாசனைப் பூச்சா? கோரோசனையா? செம்பஞ்சுக் குழம்பா?... நறுமணமா? *(ஒவ்வொரு சொல்லுக்கும் 'இல்லை' என்பதாகத் தலையாட்டுகிறாள்)*

சீலவதி

(போதையுற்றவள் போல்) இல்லை... எதுவுமில்லை...

ஒக்காக்

(தயக்கத்துடன்) பின்...?

சீலவதி

(முகர்பவள்போல் நீண்ட மூச்செடுத்து) முகர்ந்து பாருங்கள்... தெரிந்துகொள்ளுங்கள்...

ஒக்காக்

(ஆழ்ந்த குரலில்) சீலவதி!

சீலவதி

(கூர்ந்து பார்த்து) உங்களுக்கு இந்த மணத்தின் பரிச்சயமே கிடையாது... இருந்திருந்தால், நேற்றையதைப் போல் ஒரு இரவு என் வாழ்க்கையிலும் வந்திருக்காது, உங்கள் வாழ்க்கையிலும் நேர்ந்திருக்காது.

ஒக்காக்

(ஒன்றும் செய்யத் தோன்றாமல் அறையில் பாதி வளையம் வருகிறான். திடீரென்று வலது புறக் கதவின் பக்கம் திரும்பி) மகத்தரிகா!... அரசியின் நீராட்டுக்கு ஏற்பாடு செய்!

சீலவதி

(அதேபோல் உயர்ந்த குரலில்) வேண்டாம்... *(இயல்பாக)* இப்போது வேண்டாம். வண்டு தாமரைப் பூவின் உள்ளே அடைபட்டுப்போவது போல... நான் இந்த மணத்தில் கட்டுண்டு இருக்கிறேன்... இது என்னை விட்டுப் பறந்து போகு முன் இதை என்னுடன் சேர்த்து ஒன்றாக்கிக் கொள்ளவேண்டும். உணர்ச்சியின் அடித்தளம் வரை ஆழ்ந்து பரவ வேண்டும். ஒவ்வொரு மயிர்க் காலிலும் தங்க வைத்துக்கொள்ள வேண்டும்... உங்களுக்குத் தெரியுமா, இந்த மணத்தில் என்ன வெல்லாம் கலந்திருக்கிறதென்று?

ஒக்காக்

சீலவதி!

சீலவதி

(அந்த அனுபவத்திலேயே மூழ்கிவிட்டவள்போல்) தழுவலின் நெருக்கம்... முத்தங்களின் தாபம்... பற்சின்னங்களின் சீற்றங்கள்... நகக் குறிகளின் அதிர்வுகள்...

ஒக்காக்

(முகத்தைத் திருப்பிக்கொண்டு) போதும், போதும்...

சீலவதி

(புன்னகையுடன்) ஏன்?... பொறுக்க முடிய வில்லையா?

ஒக்காக்

(சாளரம்வரை வருகிறான். சிறிது பொறுத்து) இன்னும் தலைநகரில்தான் இருக்கிறானா... உன்... மாற்றுக் கணவன்?

சீலவதி

இருக்கிறார்... இன்னும் சில நாட்கள்...

ஒக்காக்

(திரும்புகிறான்) அப்படியென்றால்?...

சீலவதி

(மெதுவாக) நான் ஒரு விதத்தில் எவ்வளவோ அடைந்தாலும், இன்னொரு விதத்தில் எவ்வளவு இழந்திருந்தேன் என்பதையும் நேற்றிரவு உணர்ந்தேன்... இழப்பினால் கிடைத்ததன் மகிழ்ச்சி... அடைந்ததனால் இழந்ததன் துயரம் (இடைவெளி) இந்த உடம்பு எவ்வளவு சுகத்தைத் தந்திருக்கக்கூடும்!... ஆனால், நான் அதை அறியவில்லை... வருஷங்களுக்கு மேல் வருஷங்கள் உருண்டன... காலையில் ஒரே மாதிரி எழுந்திருப்பது... குளித்து தியானம் செய்வது... தோட்டத்தின் பாத்திகள்... வீணை வாசிப்பதோ சித்திரம் வரைவதோ... பறவைகளுக்குத் தீனி போடுதல்... ஏதாவது நூலின் ஏடுகளைப் புரட்டுவது... மதியம் முழுவதும் உறங்குவது... மாலையில் ஏதாவது சபையோ, கூட்டமோ. சிறிது இசை, நாட்டியம்... என் தினசரிக் கடன்களில் மாற்றமே இருந்ததில்லை... ஏனெனில், இரவின் தன்மை மாறவில்லை... இரவில் பலவந்தமாக என்னை யாருமே எழுப்பவில்லை... தூக்கத்தினால் கனத்த இமைகளை இமைத்து யாரிடமும் நான் முனகவில்லை... தலையணையில் முகத்தைப் புதைத்து

சூரியனின் முதல் கிரணம்வரை... 85

இரவு முழுவதும் யாரிடமும் ரகசியம் பேச வில்லை... **(இடைவெளி)** இரண்டு உடல்கள் நெருங்கும்போது புணர்ச்சியின் தனி வரலாறே உண்டாகிறது—நெருக்கத்தின் முழு ஆவேசம், வெவ்வேறு படிகளில் ஒவ்வொருவரின் உணர்ச்சி வேகத்தை அறிதல்... கொடுப்பதன் வேகம்... ஏற்பதன் வேதனை... இந்தப் பகிர்ந்துகொள்ளல் என்பது என் வாழ்க்கையில் நேரவே இல்லை... காலங்கள் வந்துபோயின... வேனில் வந்தது, உடம்பில் சந்தனம் பூசிக்கொண்டேன்... மழைக் காலம் வந்தது, வெள்ளை ஆடை அணிந்து கொண்டேன்... இலையுதிர் காலம் வந்தது, காதுகளில் ஆம்பல் அணிந்துகொண்டேன்... பனிக்காலம் வந்ததும் தலையில் அகில், குளிர் காலம் வந்ததும் பெருத்த கூர்பாசகம்... வசந்தம் வந்தால் சிவந்த உடை... ஆனால், காலத்தின் மாறுதல், கேவலம் இவ்வளவுதானா? அது எப் போதுமே கணவன் மனைவியின் இரவுகளைத் தீண்டவே தீண்டாதா? அந்தத் தனிப்பட்ட வரலாற்றை?... குளிர்ந்த தண்ணீரினால் நனைந்த விசிறி, அல்லது மேகத்தின் உரத்த கர்ஜனை, அல்லது நெற்கதிர்களின் வரிசை, அல்லது சரஸப் பட்சியின் மழலை. அல்லது குவிந்த பனி, அல்லது வசந்தத்தின் காற்று, இவற்றின் பாதிப்பு படுக்கை அறையில் உண்டாவதே இல்லையா என்ன?... தூக்க நேரத்தில், அல்லது படுக்கும் முறையில் அல்லது, படுக்கையின் அல்லது... **(ஒக்காக் முகத்தைத் திருப்பிக்கொண்டு பின்னே செல்ல முனைகிறான். ஆவேசம் வந்தவள்போல் சீலவதி முன்னே வருகிறாள். அதே குரலில்)** சொல்லுங் கள்... அல்லது... ?

ஒக்காக்

(அவளைத் தள்ளிக்கொண்டு முன்னே வருகி றான். மங்கிய குரலில்) எனக்குத் தெரியாது.

சீலவதி

(கண்கொட்டாமல் பார்க்கிறாள். அதட்டலுடன்) நீங்கள் விரும்பினாலும் தெரிந்துகொள்ள முடி யாது... ஆனால், உங்களுக்காக நானும் அந்த அறிவை அடையாமலிருக்க வேண்டுமா? ஏன்? எதற்காக?

ஒக்காக்

(அழுத்தமாக) திருமண உறவுக்குச் சிறிது மரியா தையும் இருக்கிறது.

சீலவதி

(ஆவேசத்துடன்) நான் அதைக் காப்பாற்றி யிருக்கிறேன்... ஆனால், இந்த ஒரு இரவில் கிடைத்த நிறைவு ஐந்து வருடங்களாக அந்த மரி யாதையைக் காப்பாற்றியதில் கிடைக்கவில்லை... சொல்லுங்கள், எதைப் போற்ற வேண்டும்? எதற்கு மகத்துவம் அளிக்க வேண்டும்? (*அவனைப் பார்க்கிறாள். ஒரு பக்கமாகப் போகிறாள். மெல்லமெல்ல*) அவனுடைய ஒரே ஸ்பரிசத்தால் கிளர்ந்தெழுந்தது இந்த உணர்வு... எத்தனையோ வருடங்களாக இந்த உடம்பில் அடக்கப் பட்டிருந்த உணர்வு... எவருடைய வெம்மையை அனுபவித்தேன்?... எதுவுமே தெளிவாகத் தெரியவில்லை... காரணமின்றி மகத்தரிகாவைக் கோபித்துக்கொள்வேன்... பாவம், சக்கரவாகப் பறவைக்கு உணவு கிடைக்காது. சித்திரங்களைக் கிழித்துக் கிழித்து, எறிவேன், வேகமாக மீட்டி வீணையின் தந்திகளை அறுத்தெறிவேன், நிம்மதி

சூரியனின் முதல் கிரணம்வரை... 87

யற்று, படுக்கையில் இங்குமங்கும் புரண்டு கொண்டிருப்பேன். **(உள்ளங்கைகளை முன்னே நீட்டி)** இதையும் தெரிந்துகொள்ளுங்கள், உங்கள் முகத்தைப் பிறாண்ட வேண்டும் போலிருக்கும்... **(வளைகளும், மற்ற ஆபரணங்களும் ஒலிக்க மணிக்கட்டைப் பார்க்கிறாள். சில கணங்களுக்குப் பிறகு ஏதோ நினைவுக்கு வந்ததுபோல் புன்னகை செய்கிறாள். சிரிக்கிறாள். தன்னைத் தானே கட்டுப்படுத்திக்கொள்ள முயல்கிறாள். வேட்கை யோடு)** பிரதோஷன் நல்ல அனுபவமுள்ளவன்... அவனுக்குத் தெரிகிறது... எப்போது... எங்கே... எப்படி... என்ன செய்ய வேண்டுமென்று.

ஒக்காக்

(பொறாமையுடன்) சீலவதி!

சீலவதி

(அவனைப் பார்க்கிறாள். கலகலவென்று சிரிக் கிறாள்) என்ன செய்ய?... நிறைகுடத்தைப் போல் நிரம்பி வழிந்துகொண்டிருக்கிறேன்... எவ்வளவு சுகம், எம்மாதிரியான உணர்ச்சிவசப்படுதல், இவ்வளவு புல்லரிப்பு... **(மேல் ஸ்தாயியில்)** நேற்றிரவு எத்தனை பெரிய கிளர்ச்சி ஏற்பட்டது என் வாழ்க்கையில்... என் உடல், உள்ளத்தின் வரலாறே மாறிவிட்டது... **(வேகத்துடன்)** நான் என் அனுபவத்தை யாருடனாவது பகிர்ந்து கொள்ள விரும்புகிறேன்... என் குதூகலத்தை யார் மீதாவது பொழிய விரும்புகிறேன். என்ன செய்ய?... யாரிடம் கூற?... **(திடீரென்று வலப் பக்கக் கதவை நோக்கி உணர்ச்சிவசப்பட்ட குரலில்)** மகத்தரிகா?... என் தோழியே!... சிறிது இங்கு வாயேன்... கூடலின் இன்பத்தை அனு

பவித்தவளே!... *(ஒக்காக்கிடம் சிரித்துக் கொண்டே)* கவிதை பிறந்துவிட்டது!

(மகத்தரிகா வருகிறாள்)

மகத்தரிகா

முதன்மந்திரி, ராஜகுரு, சேனாதிபதி வருகை தந்திருக்கிறார்கள்.

(மூவரும் வருகிறார்கள். மகத்தரிகா வெளியே போகிறாள்)

சீலவதி

(உணர்ச்சியுடன்) சொல்லுங்கள், முதன்மந்திரி அவர்களே! எப்படிக் கழிந்தது உங்கள் இரவு?

முதன்மந்திரி

(அதிர்ந்து) அரசியாரே!

சீலவதி

சொல்லுங்கள், சொல்லுங்கள், வெட்கப்படா தீர்கள்... உங்கள் மனைவியின் முகத்தில் இப் பொழுதும் இளமையின் தாகம் தெரிகிறது. நீங்கள் மிகவும் அழுத்தக்காரர் *(புன்னகையுடன்)* ஆனால் படுக்கையறைகளில் கால்வைத்தவுடன் மாறிவிடுவீர்கள்... ஏன்?...

ஒக்காக்

(கோபமாக) சீலவதி! நீ உன் வசத்தில் இல்லை.

முதன்மந்திரி

(சிறிது வியப்படைந்து) அரசியாரே! கௌரவத்தை அலட்சியம் செய்யாதீர்கள்!

சீலவதி

(உதாசீனமாக) உங்களுக்கெல்லாம்தான் எத்தனை குறுகிய சொல்லறிவு? திரும்பத்திரும்ப அதே

தேய்ந்த வார்த்தைகள்தான்... (**இளக்காரப் புன்னகையுடன் ராஜகுருவைப் பார்க்கிறாள்**) ராஜகுரு மனைவியை இழந்திருப்பவர். ஆகையால், அவரை எதுவும் கேட்பது வீண் (**பொருள் நிறைந்த குரலில்**) போகிற போக்கில் ஏதோ ஒரு மைனா என் காதில் சொல்லிற்று... தன்னுடைய வேலைக்காரி ஒருத்தியிடம் இவருக்கு ஏதோ... தெய்வீக உறவு இருக்கிறதென்று.

ராஜகுரு

(**கோபத்துடன்**) அரசியாரே! நீங்கள் என்மீது வீண் அபவாதத்தைச் சாற்றுகிறீர்கள். இது நியாயமில்லை!

சேனாதிபதி

மிகவும் வெட்கத்திற்குரியது. இது உங்களுக்கு அழகல்ல.

சீலவதி

(**குறும்புப் புன்னகையுடன் சேனாதிபதி அருகே வருகிறாள்**) இளமைக்கு எது அழகு தரும்? (**இடைவெளி**) தாங்கள் இன்னும் இளைஞர்தான்—திடமானவர்தான், சேனாதிபதியாரே, (**ரகசியக் குரலில்**) எப்படி இருந்தது இரவின் யுத்தம்?

சேனாதிபதி

(**வேதனையுடன்**) அரசியாரே! கண்ணியத்தைப் பற்றியும் சிறிது நினைத்துப்பாருங்கள்...

சீலவதி

(**நிமிர்ந்து எகத்தாளத்துடன்**) திருவாளரே!... பார்த்துவிட்டேன், ஐந்து நீண்ட வருடங்களாக! (**விரல் விட்டு எண்ணுகிறாள்**) ஒன்று... இரண்டு...

மூன்று... நான்கு... ஐந்து... **(மூவரையும் பார்க்கிறாள்)** நீங்களெல்லாரும் நிலைமையை நேரடியாகக் காண ஏன் மறுக்கிறீர்கள்?... உலகமே துன்பக் கடல்... எத்தனை போராட்டம்... எவ்வளவு ஏமாற்றங்கள்... எத்தனை ரத்தம் சிந்துதல்... தன்னைத் தானே மறந்து, சிறிது இன்பம் அடைய முடிகிறதே, அவைதான் இரவின் உண்மையான நாழிகைகள்... நான் என்ன அப்படி நடக்காததைச் சொல்லிவிட்டேன், உங்கள் முகங்களெல்லாம் குன்றிப்போக?

முதன்மந்திரி

ஆனால், உலகத்தில் நடைமுறைக்குச் சில நியதிகள் இருக்கின்றன. இரு மனிதர்களுக்கிடையில்... கௌரவத்திற்கு ஒரு எல்லை உண்டு... அதை மீறுவது எந்தக் கோணத்தில் பார்த்தாலும்...

சீலவதி

(நிமிர்ந்து எகத்தாளத்துடன்) முதன்மந்திரி யாரே, இந்த வெற்று வார்த்தைகளின் மாயம் இப்பொழுது உடைந்துவிட்டது... **(முதன்மந்திரி, ராஜகுரு, சேனாதிபதி, ஒக்காக் எல்லோரையும் மாறிமாறிப் பார்க்கிறாள்)** கௌரவம்!... கடமை!... கண்ணியம்!... திருமண உறவு!... **(எல்லோருக்கும் முதுகைக் காட்டி, முன்னே வருகிறாள்)** எல்லாமே பொய்!... எல்லாமே வெளிவேஷம்!... எல்லாம் நூல்களுக்கு மட்டுமே உகந்தவை... **(உணர்ச்சி மேலிட)** ஆனால், எனக்கு இப்போது நூல் வாழ்வு வாழவேண்டியதில்லை. நான் என் வாழ்வை வாழ வேண்டும்.

முதன்மந்திரி

வாழ்க்கைக்கும் நூல்களுக்கும் அப்படி ஆழ்ந்த விரோதமா என்ன?

சீலவதி

சில பாக்கியசாலிகளுக்கு இல்லாமலிருக்கலாம்... சேனாதிபதிக்குப் போரியல் நூல்களுடன், ராஜ குருவிற்கு அறவியல் நூல்களுடன், உங்களுக்குப் பொருளியல் நூல்களுடன், போர் நீதியியல் நூல்களுடன்... **(குரோதத்துடன்)** ஆனால், என்னைப் பாருங்கள்... நான் திருமணமானவள். ஆனால் என் வாழ்க்கைக்கும் காமசாஸ்திரத் திற்கும் என்ன சம்பந்தம் இருக்கிறது?... ஒரு ஆணினுடைய ஸ்பரிசத்தில் எத்தனை இன்பம் இருக்கிறதென்று ஐந்து வருடங்களாக எனக்குத் தெரியாது... **(முதன்மந்திரியைப் பார்த்து)** நீங்கள் எனக்கு என்ன அறிவுரை சொன்னீர்கள் நேற்று?... மீனின் கண்களைப் பற்றிய உதாரணத்துடன்?... சற்று மீண்டும் அதைச் சொல்லுங்கள்... **(இடை வெளி. பிறகு, பலமாக)** அரசியின் கட்டளை. அதைத் திரும்பச் சொல்லுங்கள்.

முதன்மந்திரி

(சற்றுத் தயங்கி) நான் சொன்னது...

சீலவதி

உம்!

முதன்மந்திரி

உங்கள் லட்சியத்தில் மட்டும் கவனம் வைக்க வேண்டும்.

(இடைவெளி)

சீலவதி

உங்கள் மனைவியுடன் நீங்கள் உறங்கும்போது?

ஒக்காக்

(அடங்கிய குரலில்) சீலவதி!

சீலவதி

(*நிறுத்தாமல்*) அந்த நேரத்தில் எதைப் பற்றி யோசிப்பீர்கள்?... மந்திரிசபையின் தேர்தலா? எல்லைகளின் பாதுகாப்பைப் பற்றியா? நிதிப் பற்றாக்குறை குறித்தா?... மற்றும் உங்கள் மனைவி எதைப் பற்றி நினைக்கிறாள்? பால்வழி யும் பற்கள் கொண்ட குழந்தையின் முகத்தைப் பற்றியா? (*அதட்டி*) எவ்வளவு அறிவற்றவர் நீங்கள்! பெரிய முட்டாள்... முட்டாள்களின் பேரரசர்! படுக்கை அறையைப் பற்றி இப்படியா புரிந்துகொண்டிருக்கிறீர்கள்? ஒருவேளை ஏதாவ தொரு பெண்ணிற்கு இம்மாதிரி லட்சியம் இருந்தாலும், அந்தப் படுக்கையறையிலிருக்கும் போது எம்மாதிரி எண்ணங்கள் எழும் மனதில்? அந்தக் கணங்களில் எண்ணம் எங்கே இருக்கும்? அந்த ஆவேசத்திலும்... அந்தத் துடிப்பிலும், வெறியிலும்... அந்த மேல்மூச்சு கீழ்மூச்சு வாங்கும் நேரத்திலும்... உடலெங்கும் குதித்தெழும் மின் அலைகளின் நிறைவில் வரப்போகும் சந்ததியைப் பற்றி நினைக்கக்கூடிய பெண்கள் யாரிருக்கி றார்கள் உங்கள் உலகில்? பெண்மையின் நிறைவு தாய்மையில் இல்லை மந்திரியாரே! ஆணின் சேர்க்கையிலுள்ள சுகத்தில்தானிருக்கிறது. தாய்மை ஒரு இரண்டாம் பட்ச விளைவுதான். தயிரிலிருந்து வெண்ணெய்தான் வருகிறது... அடியில் சிறிது மோரும் மிஞ்சுகிறதே... (*சமிக்ஞையுடன்*) நாம் எல்லாருமே மோர்தான்... மோர்... வெண்ணெய் வேறு ஏதோ ஒன்று, நமக்கு உயிர் கொடுத்தவர்களின் வாழ்க்கையில் இன்பத்தைக் கரைத்து அது (*ஒக்காக்கிடம்*) நீங்கள் என்ன?... இரவுகளின் அந்தப் பகிர்தலின் குறி...

அந்த ரகசியமான, அந்தரங்கமான அருகாமை யின் வெளிப்படையான ஆரம்பம்... அந்தத் தனிப்பட்ட, கண்ணுக்குத் தெரியாத வரலாற்றின் தெரியக்கூடிய பிற்சேர்க்கை... ஆசிரியர்கள் விரும்பியோ விரும்பாமலோ அது மூல நூலில் சேர்ந்துவிட்டது.

முதன்மந்திரி

(*கவலையுற்றவர்போல்*) அரசியாரே! தாங்கள் மிகவும் களைத்திருக்கிறீர்கள்.

சேனாதிபதி

தாங்கள் தங்கள் நிலையில் இல்லை.

ராஜகுரு

ஓய்வெடுத்துக்கொள்ளுங்கள்.

சீலவதி

(*புன்சிரிப்போடு*) இரவு முழுவதும் கண் விழித் திருந்தேன் மேன்மையுற்றோரே! நாள் முழுவதும் ஓய்வுதான்... (*ராஜகுருவும், சேனாதிபதியும் முதன்மந்திரியைப் பார்க்கிறார்கள்*)

முதன்மந்திரி

எங்களுக்கு விடைகொடுங்கள்!

ராஜகுரு

மந்திரிசபை மிகுந்த ஆவலுடன் நற்செய்தியை எதிர்பார்த்துக்கொண்டிருக்கிறது.

சேனாதிபதி

மல்ல தேசம் முழுவதும் அரியணைக்கு இளவரசன் வேண்டும் என்று பிரார்த்தித்துக்கொண்டிருக் கிறது. (*மூவரும் புறப்பட முனைகின்றனர்*)

சீலவதி

சற்று நில்லுங்கள்! (மூவரும் நிற்கிறார்கள். புன்முறுவலுடன் மூவரையும் ஒவ்வொருவராகப் பார்க்கிறாள்) முதன்மந்திரியாரே!... ராஜகுரு அவர்களே!... சேனாதிபதி அவர்களே!... (மெல்ல மெல்ல விளக்கமாக) உங்களுக்கெல்லாம் அனுபவம் இருக்கும், நிச்சயமின்மை எப்படி வாட்டும், எதிர்பார்த்தல் எவ்வளவு துயரம் தரும் என்று... இங்கு நிலைமை இன்னும் பயங்கர மானது... ஏனெனில் நிச்சயமின்மை எதிர்பார்த்த லால் நிரம்பியிருக்கும், அதேபோல் எதிர்பார்த் தலோ நிச்சயமின்மையால்... நீங்களெல்லோரும் மிகுந்த அரச பக்தி உள்ள சேவகர்கள் என்று சொல்லப்படுகிறது... ஆகையால், அப்படிப்பட்ட நிலைமையிலிருந்து உங்களைக் காப்பது என் கடமை.

முதன்மந்திரி

எனக்குப் புரியவில்லை.

சீலவதி

மந்திரிசபையின் தீர்மானப்படி எனக்கு மூன்று வாய்ப்புகள் தரப்பட வேண்டும் அல்லவா?

முதன்மந்திரி

ஆம். மூன்று முறை!

சீலவதி

அப்படியானால் சென்று பறைசாற்றச் சொல்லுங் கள், பட்டத்தரசி சீலவதி இன்றிலிருந்து ஒரு வாரம் கழித்து கடமைப்பாவையாகி அரச மண்டபத்திற்கு வருவார்களென்று.

(இடைவெளி)

ராஜகுரு

சில நாட்கள் பொறுத்துத்தான் பார்ப்போமே?

சேனாதிபதி

நேற்றிரவுக்கு ஏதாவது பலன் இருக்கிறதா என்று...

சீலவதி

(புன்சிரிப்புடன்) நேற்றிரவுக்கு ஏதும் பயனிருக்காது என்று நான் உங்களுக்கு உறுதி அளிக்கிறேன். என் மாற்றுக் கணவர் எனக்குக் கருத்தடை மருந்து ஒன்று கொடுத்திருக்கிறார்... அடுத்த முறையும் கொடுப்பார்.

(இடைவெளி)

முதன்மந்திரி

(புரிந்துகொண்டவர்போல) ஓஹோ!...

ஒக்காக்

(கண்கொட்டாமல் சீலவதியைப் பார்க்கிறான். கழிவிரக்கப் புன்னகையுடன்) அரசி கடமைப் பாவையாகப் போனாள். காமப்பாவையாகத் திரும்பிவந்திருக்கிறாள்.

சேனாதிபதி

(சிறிது கோபத்துடன்) ஆனால், இது உங்களைப் போன்ற பெண்களுக்குக் கைவந்த தந்திரம்தான்...

சீலவதி

(புன்னகைத்து) சட்ட வலையிலிருந்து விடுபட ஒரு சட்டபூர்வமான நடத்தை. *(இடைவெளி. தன்னிலேயே ஆழ்ந்துபோய்)* ஆனால், நான் ஒரு வாரம்வரை எப்படிக் காத்திருப்பேன்?... ஏழு பகல்கள்—ஏழு இரவுகள்... *(நால்வரையும் நோக்கி அடியெடுத்து ஒரு பக்கமாக முன்னே வருகிறாள்)*

ஏழு முறை சூரியன் உதிப்பான், மறைவான்... ஏழு முறை சந்திரன் தோன்றுவான், மறைவான்... ஏழு முறை சக்கரவாகம் தன் பேடையிடமிருந்து பிரியும்... **(மூவரும் ஒக்காக்கை நோக்கிச் சற்று வணங்கிப் போகிறார்கள்)** ஏழு முறை அல்லி சந்திரனைக் காணாமல் வாடும். **(திரும்புகிறாள்)**

ஒக்காக்

இந்தச் சட்டபூர்வமான வழி மூடிவிட்டால் என்ன ஆகும்?

சீலவதி

தேவையானபோது புதிய வழிகள் திறக்கும்.

ஒக்காக்

அப்படியென்றால் இப்பொழுது நீ எந்த... கௌரவத்தையும் காப்பாற்றப்போவதில்லையா?

சீலவதி

(முன்னே வருகிறாள்) திருமணத்திற்கு முன்பே கன்னிமை இழந்த பெண்கள் எவ்வளவு பேர் இல்லை?... நானோ திருமணம் ஆகியும்கூடக் கன்னியாகவே இருந்தேன்... ஆனால், எதுவரை?... நான் ஒரு சாதாரணப் பெண். இந்த உடலின் மூலம் உயிர்த்திருக்கும்போது உடலின் தேவைகளை எப்படி மறுக்க முடியும்?

ஒக்காக்

(வெறுப்புடன்) நீ எதுவரை போவாய்?... உன் சுயநலத்திற்காக?...

சீலவதி

(கூர்ந்து பார்த்து) சாமர்த்தியமற்று, திருமணத்தைப் போல் ஒரு பெரும் பாவத்தைச் செய்யக் கூடிய நீங்கள் எவ்வளவு சுயநலமற்றவர்? அரச

மருத்துவர் சொல்லியிருந்தாரல்லவா, காமத்தின் முழு வேகத்தோடு மனைவி உங்களை வேண்டும் போது அந்த மனோதத்துவக் கணத்தில் நீங்கள் தானாகவே... அப்படியானால் உங்களுக்குக் கேவலம், ஒரு மூலிகைதானே நான்? கேவலம், ஒரு மருந்துதானே? ஒருவேளை அந்த மருந்து பயனளிக்கவில்லையென்றால் அந்த உயிருள்ள மருந்துக்கு என்ன நேரிடும் என்று நீங்கள் யோசித் தீர்களா?... **(இங்குமங்கும் பார்க்கிறாள். சீலவதி, ஒக்காக், படுக்கைமீது அரங்கத்தின் ஒளி மூன்று ஒளிவட்டங்களாக மாறிமாறி விழத் துவங்குகிறது)** இந்தப் படுக்கை அறைதான் சாட்சி, நான் அனுபவித்த வேதனைக்கு... இந்தச் சுவர்கள், இந்தச் சாளரம்... இந்த முத்துச் சரங்கள்... **(சிறிது இடைவெளி)** இந்தப் படுக்கை... நீங்கள் என் உடலிலிருந்து உஷ்ணத்தை கிரகிக்க முனைவீர் கள்... உடையற்ற பெண்மையிலிருந்து உங்கள் ஆண்மையை எழுப்ப விரும்பினீர்கள். தழுவல் களால், முத்தங்களால், ஸ்பரிசத்தினால், நகக் குறிகளால்... என் முழு எழுச்சியும் அதற்கு பதில் ஆயிற்று... என் மூச்சு அடைத்து, என் துடிப்பு அதிகரித்து... என் உதடுகளில்... என் ஒவ்வொரு அங்கத்திலும் துடிப்பின் அலைகள்... நான் முழுச் சித்தமாக, தயாராக... பழுத்த பழம்போல் விரியத் தயாராக, பொங்கும் அலைபோல் அணையை உடைக்கச் சித்தமாக, சூல்கொண்ட மேகம்போல் பொழியத் தயாராக... தாகித்த மண்ணைப் போல் ஒவ்வொரு துளியையும் என்னில் ஈர்த்துக் கொள்ள... இந்த அளவில் நாலில் ஒரு பங்கு உணர்ச்சியில் நான் நிச்சயித்துக்கொண்டு திரும்பிப் பார்த்தால் நீங்கள் அங்கேயே நின்றிருப்பீர்கள்—

வெறுமையாக, வீரியமற்று... அப்போது நான் திரும்ப வேண்டியிருக்கும்... வெறும் கையுடன் திரும்புவதன் வேதனையை எப்போதாவது உணர்ந்திருக்கிறீர்களா? எழுச்சி வீண்போவதையும், தாபம் அர்த்தமில்லாமல் போவதையும் அறிவீர்களா? சூட்டிற்குப் பின் குளுமை; துடிப்பிற்குப் பின் சலனமின்மை; அலைதலுக்குப் பின் சாதாரணத் தன்மை... ஏதும் அடையாமல், பெறாமல் நிறைவுறாமல் (**கண்கொட்டாமல் பார்க்கிறாள்**) சொல்லுங்கள், யார் சுயநலக்காரர்? நீங்களா, நானா?

ஒக்காக்

(**முதுகைத் திருப்பி நிற்கிறான், குனிந்து**) அப்படியானால் நீ உள்ளுக்குள்ளேயே என்னை வெறுத்துக்கொண்டிருந்தாயா, இதுவரை... ?

சீலவதி

முதலில் வெறுத்தேன். ஆனால் பிறகு இல்லை. உங்கள் இயல்பின் இன்னொரு பக்கம் இருக்கிறது. அது எனக்குப் பிடித்தது. உங்களிடம் எனக்கு முழு இரக்கம் உண்டு. ஆனால் அதற்காக இப்படி... (**நிறுத்துகிறாள். அருகே வருகிறாள்**) தன்னிறைவுக்கான புயல் வீசும்போது—தனிப்பட்ட சுகத்திற்கான தேடல்... அப்போது வாழ்க்கை மிகவும் சிக்கலாகிவிடுகிறது ஒக்காக்... மேலும் அதன் தேவைகளும் அதே அளவு சிக்கலானவைதான்... அவற்றை நிறைவேற்ற ஒருவருக்கு மேல் தேவைப்படுகிறது... ஒருவனால் சமூகத்தில் ஒரு இடம், மற்றொருவனால் பௌதீக வசதிகள், வேறொருவனால் உணர்ச்சியின் நிறைவு... மற்றொருவனால் உடல் சுகம்...

(இரக்கமான புன்னகையுடன் ஒக்காக்கைப் பார்க்கிறாள். வலப் பக்கக் கதவு வழியே வெளியே போகிறாள். ஒக்காக் திரும்புகிறான். கதவைப் பார்க்கிறான். மூன்றாவது ஒளிக் கதிர் அணைய ஆரம்பிக்கிறது. ஒக்காக் மறுபடி திரும்புகிறான். படுக்கையைப் பார்க்கிறான். திரைக்குப் பின்னிருந்து நகராக்களின் ஒலி. திரும்பவும் அறை கூறுபவனின் குரல்)

"மல்ல நாட்டின் ஒவ்வொரு குடிமகனுக்கும்—இதன்மூலம் தெரியப்படுத்துவது என்னவென்றால்,—இன்றிலிருந்து ஏழு தினங்களுக்குப் பிறகு பௌர்ணமி அன்று மாலை—பட்டத்தரசி சீலவதி அரச மண்டபத்தில் கடமைப்பாவையாகி பவனி வருவார்கள்—அச்சமயம் மல்ல நாட்டின் ஒவ்வொரு குடிமகனும் அவ்விடம் வருகை தருமாறு அழைக்கப்படுகிறார்—பட்டத்தரசி சீலவதி தன் விருப்பப்படி யாரேனும் ஒருவரை ஓரிரவுக்காக—சூரியனின் கடைசிக் கிரணத்திலிருந்து—சூரியனின் முதல் கிரணம்வரை—மாற்றுக் கணவனாக வரித்துக்கொள்வார்கள்".

(இருள்)